வெற்றிகரமான வாழ்வு

(இதயத்தையும் மனதையும் பண்படுத்தி ஆளுதல்)

Life Triumphant

(Mastering the Heart and Mind)

ஜேம்ஸ் ஆலன்

(தமிழில் சே.அருணாசலம்)

வள்ளியம்மை பதிப்பகம்

mobile/WhatsApp: 91-8939478478

email: arun2010g@gmail.com

நூல் விவரம்

நூல் தலைப்பு	: வெற்றிகரமான வாழ்வு
Book Title	: Vetrigaramana Vazhlvu
ஆசிரியர்	: ஜேம்ஸ் ஆலன்
தமிழில்	: சே.அருணாசலம்
உரிமை@	: வள்ளியம்மை பதிப்பகம்
முதல் பதிப்பு	: ஏப்ரல் 2024| Reprinted 2025
பக்கங்கள்	: 160
தாள்	: 70 ஜிஎஸ்எம்
அச்சகம்	: Real Impact Solutions, Chennai- 600 004
வெளியீடு	: வள்ளியம்மை பதிப்பகம்
	அலைபேசி: 91-8939478478
	மின்னஞ்சல்: arun2010g@gmail.com
விலை	: ரூ 220/-
ISBN	: 978-93-340-5136-0

உள்ளடக்கம்

முன்னுரை **4**

1. நம்பிக்கையும் துணிவும் **7**

2. மனிதத் தன்மையும் உண்மை தன்மையும் **23**

3. ஆற்றலும் செயல்திறனும் **41**

4. சுயகட்டுப்பாடும் மகிழ்ச்சியும் **57**

5. எளிமையும் சுதிந்திரயுணர்வும் **72**

6. சரியான சிந்தனையும் இளைப்பாறுதலான மனமும் ... **85**

7. சாந்த குணமும் ஆதார வளங்களும் **101**

8. உள்ளுணர்வும் மேன்மை குணமும் **116**

9. மனிதனானவன் தலைவன் ஆவான் **131**

10. மெய்யறிவும் வெற்றியும் **143**

புத்தக விலைப்பட்டியல் **156**

3

முன்னுரை

ஒவ்வொருவனும் தனக்குச் சொந்தமான மன உலகில் வாழ்ந்து வருகிறான். அவனது மகிழ்ச்சியும் துக்கமும் அவனது மனதின் உருவாக்கமே. அவை தமது இருப்பிற்காக அவனது மனதையே சார்ந்து இருக்கின்றன. பல வகை பாவங்கள் மற்றும் துக்கங்களால் இருள் சூழ்ந்த உலகில் பெரும்பான்மையோர், வாழ்கின்றனர். ஆனால், அதன் நடுவே இன்னொரு உலகும் நிலவிக் கொண்டு தான் இருக்கின்றது. மின்னும் அறநெறிகளோடும் களங்கப்படுத்த முடியாத மகிழ்ச்சியோடும். அதில் குறைபாடுகளைக் களைந்த நிறைகுணம் கொண்டவர்கள் வாழ்கிறார்கள். அவ்வுலகைக் கண்டறிந்து அதற்குள் நுழைய முடியும். சுய கட்டுப்பாடும் அறநெறிகளைச் செம்மையாக கடைபிடித்தலுமே அதற்கான வழி. அந்த உலகில் நிறைவாழ்வு நிலவுகிறது. தனது குறைகளை எல்லாம் முயற்சித்து களைந்ததன் விளைவாக முடிசூடியவனுக்கே அது உரிமையுடையதாக இருக்கின்றது. இருளால் சூழப்பட்டவர்கள் கற்பனை

செய்கின்ற அளவுக்கு அந்த நிறை வாழ்வு வெகு தொலைவிலோ சாத்தியமில்லாததாகவோ இல்லை. அது நிச்சம் சாத்தியமானதே, மிக உண்மையாகவும் வெகு அருகிலேயுமே இருக்கின்றது. ஏங்கி தவிக்கும், கண்ணீர் சிந்தும், பாவம் செய்யும், வருந்தும் உயிரினமாகவே மனிதன் இருப்பான், அந்த பலவீனமான நிலைகளை அவன் தொற்றிக் கொண்டிருக்கும் வரை. ஆனால், அவன் தனது இருண்ட கனவுகளைக் களைந்து எழ முற்படும் போது, உயர எழுகிறான், சாதிக்கிறான்.

ஜேம்ஸ் ஆலன்

தெய்வீக முயற்சி எடுக்கும் மனிதனுக்கு வாழ்த்துக்கள்

பாவம், அவச்செயல்கள் மற்றும் துக்கத்தை வென்றவனே,

இனியும் நீ புழுவை போல பலவீனமானவனாக இல்லை

இனி வருத்தம் என்பது உனக்கு இல்லை,

உன் மீது பலவீனத்தையும் இறப்பையும் உமிழ்பவைகளுக்கு

இனி நீ தலைவணங்காதே

உனது வலிமையாலும், நன்மையாலும், தூய்மையாலும், மெய்யறிவாலும்

வெற்றிகரமானவனாக மேலெழு.

தமிழில் சே.அருணாசலம்

1. நம்பிக்கையும் துணிவும்

எவன் நம்பிக்கை இழந்துவிடாமல் துணிவுடன் போராடுகிறானோ, அவன் வாழ்வின் அனைத்து இருளான விஷயங்களின் மீதும் வெற்றி கொள்வான். வாசகருக்கு இது குறித்து எந்த சந்தேகமும் இருக்கக் கூடாது என்று, இதை நான் தொடக்கத்திலேயே குறிப்பிடுகிறேன். இந்த நூலின் தொடர் கருத்தோட்டத்தின் ஊடாக, குணயியல்பு மற்றும் ஒழுக்கவியலில் எந்தெந்த அம்சங்கள் வாழ்வில் சாந்தமான வலிமை மற்றும் பெரு வெற்றியை கட்டமைக்கும் என்பது கோடிட்டு காட்டப்படும்.

உண்மையை நேருக்கு நேராக நோக்குவது; எண்ணிலடங்கா அலைதல்களுக்கும் வலிகளுக்கும் பின் மெய்யறிவையும் பேருவகையையும் அடைவது; இறுதியில் வீழ்த்தப்பட்டு தூக்கி எறியப்படுவதற்காக அல்ல, ஆனால், உள்மனதில் உறையும் ஒவ்வொரு எதிரியையும் வெற்றி கொள்வதற்காக, இதுவே மனிதனுக்கு விதிக்கப்பட்ட தெய்வீக விதி. அவன் அடைவதற்கான பேரிலக்கு. இதை ஒவ்வொரு புனிதரும், ஞானியும், மீட்பரும் அறிவித்திருக்கிறார்கள்.

மனிதகுலத்தின் தற்போதைய காலகட்டத்தில், ஒப்பிடுகையில் வெகு சிலரே இந்த நிலையை அடைகிறார்கள்-அனைவருமே இந்நிலையை இறுதியில் அடைவார்கள் என்றாலும். கடந்த காலங்களில் இந்நிலையை அடைந்த நிறைவாழ்வு வாழ்ந்த பேறு பெற்றவர்கள் பெரும் துணையாக இருக்கிறார்கள். அவர்களது எண்ணிக்கைக்கு கூடுதலாக ஒவ்வொரு காலகட்டத்திலும் எண்ணிக்கை சேர்கிறது. வாழ்க்கை என்னும் பள்ளியில் மனிதர்கள் இன்னும் மாணவர்களாக இருக்கிறார்கள், அவர்களுள் பொரும்பாலோர் மாணவர்களாகவே இறக்கிறார்கள். தங்கள் வாழ்வின் உறுதியான குறிக்கோளின் துணையோடு இருள், வலி, பாவம் ஆகியவற்றுக்கு எதிரான இடையறாத போராட்டத்தால் இந்த வாழ்விலேயே மாணவ கட்டத்தை மகிழ்வோடு கடந்து அதற்கு அப்பால் செல்லும் சிலரும் இருக்கவே செய்கிறார்கள்.

இந்த பிரபஞ்ச வாழ்வில் என்றும் மாணவனாகவே இருந்து தனது தவறுகளுக்காகவும் முட்டாள்த்தனத்திற்காகவும் தண்டிக்கப்படும் நிலையில் மனிதன் இருக்கக் கூடாது. குழப்பத்திலும் அறியாமையிலும் வாழ்வதற்குப்

பதிலாக, அவனால் புரிதலோடும் நிம்மதியோடும் வாழ முடியும். அவன் தன் விருப்பமுடன் மன உறுதி கொள்ளும் போது, அவன் தன் மனதைச் செலுத்தி வாழ்வின் பாடங்களைக் கற்றுத் தேர்ந்து தன்னம்பிக்கையுடன் திறமையான ஆசான் நிலையை அடையும் போது, அவனால் புரிதலோடும் நிம்மதியோடும் வாழ முடியும்.

வாழ்வின் துக்கங்கள் உண்மையானவை, ஆழமான வேர் கொண்டவை. ஆனால், அவற்றை வேரோடு பிடுங்கி களைந்து எறிய முடியும். வெறியுணர்வுகளும் உணர்வுவயப்படுதலும் மனிதனுக்கு இயல்பானவை. அவற்றின் கட்டுபடாத நிலையில், அவை சொல்ல முடியா அளவிற்கு வலிமிகு போராட்டங்களை ஏற்படுத்தும். ஆனால், அவற்றை பயிற்றுவித்து ஒத்திசையும் படி செய்யலாம். மெய்யறிவோடு கட்டுப்படுத்தி நல்வழியில் செலுத்தி அவற்றை புரிந்து கொள்ளலாம். உயர்ந்த இலட்சியங்களை செயல்படுத்தக் கீழ்படியும் பணிவான வேலைகாரர்களாக அவற்றை மாற்றலாம்.

வாழ்வின் பிரச்சினைகள் பெரிதானவை, அதை தீர்ப்பதற்கான போராட்டங்கள் மூர்க்கமானவை, தேர்வு செய்யப்படும் விருப்பங்கள் அடையப்படலாம் என்பதற்கு எந்த உத்தரவாதமும் இல்லை. எனவே ஒவ்வொரு மணி நேரமும் மனிதர்கள் மன இறுக்கத்தால் மடிந்து போகிறார்கள். என்றாலும் இந்த நிலைகள் எந்த காரணமுமில்லாமல் தாமாக உருவானவை அல்ல. அவற்றின் உண்மை இயல்பின் படி, அவை கட்டுப்படுத்துதலுக்கு உட்பட்டவை, மன அடிப்படையிலானவை. எனவே அவற்றை கடந்து மேலெழ முடியும். பிரபஞ்ச ஒழுங்கமைப்பில் எந்த ஒரு தீங்கும் இயற்கையாகவே அமையப்பெற்றது கிடையாது. எந்த ஒரு தீங்கும் நிரந்தரம் கிடையாது. தீமை தொட முடியாத அளவுக்கு மனதின் அறநெறி தன்மையை உயர்த்திக் கொள்ள முடியும்.

என்றும் நிலையான பிரபஞ்ச நீதி மற்றும் அனைத்தையும் ஆள்கின்ற பெரு நன்மையின் மீதான அசைக்க முடியாத நம்பிக்கையே வெற்றிகரமான வாழ்விற்கான முதற்படி. உறுதியான இதயம் கொண்டு வலிமையானவனாக, சாந்தமானவனாக மாற விரும்புபவன் தொடக்கப்புள்ளியாக வாழ்வின் ஆன்மா நன்மையே என்பதில் எந்த சந்தேகமும் கொண்டு இருக்கக் கூடாது. பிரபஞ்ச ஒழுங்கை உற்று நோக்கி

மீட்சியின் பேரானந்தத்தை அனுபவிப்பவன் உணர வேண்டியது, தானே உருவாக்கிக் கொண்ட ஒழுங்கு முறை தவறுகளைத் தவிர தன் வாழ்வில் வேறு எந்த ஒழுங்கு முறை தவறும் இல்லை என்பதை. இதை உணர்வது கடினம். தன்னிரக்கம் மற்றும் தன்னை நியாயப்படுத்திக் கொள்ளல் என்னும் குறைபாடுகளுக்கு மனம் மிக ஆட்பட்டு விட்டது. என்றாலும், அவற்றை கடந்து இந்த உயர்நிலையை அடைய முடியும். சுதந்திரமான வாழ்வை வாழ விரும்புபவன் இதை நிச்சயம் அடைய வேண்டும். இதை முதலில் நம்ப வேண்டும். இந்த நம்பிக்கையை பின்பு உறுதியாக பற்ற வேண்டும், அது மெல்ல கனிந்து உணரப்படும்வரை, அறியப்படும்வரை விடாது பற்றியிருக்க வேண்டும்.

வாழ்வின் துன்பங்களை நாம், நம்மை ஒழுங்குபடுத்த வந்த அனுபவங்களாக ஏற்கும் போது, அவை பெருமளவு குறையும். நம்பிக்கையுள்ள மனிதன் அவ்வாறு செய்து அவற்றை ஏற்கிறான். அனைத்து அனுபவங்களையும் நல்லவையாக நாம் எண்ணும் போது வாழ்வின் துன்பங்கள் கடந்து வரப்படும், அவை தனித்து விடப்படும். அவை குணயியல்பின் வளர்ச்சிக்காகப் பயன்படுத்தப்படும். மெய்யறிவானவன் அவற்றை அவ்வாறு கருதி அதனைப் பயன்படுத்திக் கொள்கிறான்.

அறிவு என்ற ஒளிமயமான நாள் உதிப்பதற்கு முன்பாக நம்பிக்கை என்ற விடிவெள்ளி பிறக்க வேண்டும். நம்பிக்கை இல்லாமல் எந்த வலிமையையும் அடைய முடியாது, இதயம் எந்த நிரந்தரமான பாதுகாப்பையும் பெற முடியாது. நம்பிக்கையுள்ள மனிதன், பிரச்சினைகள் தாக்கும் போது அடிபணிவது இல்லை. சிக்கல்கள் சூழும் போது அவன் விரக்தி அடைந்து நம்பிக்கை இழப்பதில்லை. அவன் செல்லும் பாதை எவ்வளவு தான் செங்குத்தானதாக இருள் மிகுந்ததாகவும் இருந்தாலும் ஒளி மிகுந்த பாதையை எதிர் நோக்கி முன் செல்கிறான். இளைப்பாறுதலை வழங்கும் சேரிடத்தின் ஒளியை தொலைவில் காண்கிறான். நன்மையின் வெற்றி மீது நம்பிக்கை கொள்ளாத எவரும் தீமையின் ஆற்றல்களுக்கு இழிநிலையுடன் அடிபணிவார்கள். அது அவ்வாறு தான் இருக்க வேண்டும். காரணம், எவன் நன்மையை உயர்த்தவில்லையோ, அவன் தீமையை உயர்த்துகிறான். வாழ்வின் தலைவனாகத் தீமையைக் காண்கிறான். தீமையின் கூலியைப் பெற்று கொள்கிறான்.

வாழ்வின் போராட்டத்தில் தோல்வியைத் தழுவிய சிலர், மற்றவர்களது தவறான செயல்பாடுகளினால் தாங்கள் அனுபவித்த வேதனையை சகட்டு மேனிக்கு உரைப்பார்கள். மற்றவர்களது கேடு கெட்ட தனமும் துரோகமும் இல்லாதிருந்தால் அவர்கள் வெற்றிகரமானவர்களாகவோ அல்லது பணக்காரர்களாகவோ அல்லது புகழ் பெற்றவர்களாகவோ இருந்திருப்பார்கள் என்று நம்புகிறார்கள். பிறரையும் அதை நம்ப வைக்க முயற்சிக்கிறார்கள். பிறரால் எவ்வாறு அவர்கள் வஞ்சிக்கப்பட்டார்கள், ஏமாற்றப்பட்டார்கள், கீழ்நிலைக்குத் தள்ளப்பட்டார்கள் என்று ஆயிரம் முறை சொல்கிறார்கள். தாங்கள் மட்டுமே முழு நம்பிக்கைக்கு உரியவர்கள், அப்பாவிகள், நேர்மையானவர்கள், நல்லியல்பானவர்கள். கிட்டத்தட்ட மற்றவர்கள் எல்லோருமே மோசமானவர்கள், வஞ்சகமானவர்கள் என்று கற்பனை செய்கிறார்கள். தாங்களும் மற்றவர்களைப் போல சுயநலமானவர்களாக இருந்திருந்தால் அவர்களும் செல்வச் செழிப்புடனும் மதிப்புடனும் இருந்திருப்பார்கள் என்று சொல்வார்கள். அவர்களது தோல்விக்கு முக்கிய காரணம், முக்கிய குறைபாடு அவர்களுக்குள் தான் இருக்கிறது, அது அவர்கள் மிக சுயநலமற்றவர்களாக இருப்பது தான் என்பார்கள்.

தங்களைத் தாங்களே பாராட்டிக் கொள்ளும் குறை காண்பவர்களால் நன்மைக்கும் தீமைக்குமான வேறுப்பாட்டைக் காண முடியாது. மனிதயியல்பின் நல்லவைக் குறித்து, பிரபஞ்ச இயல்பின் நன்மை குறித்து அவர்களது நம்பிக்கை இறந்து விட்டது. மற்றவர்களிடம் அவர்கள் தீங்கை மட்டுமே காண்கிறார்கள். தங்களிடம் தாம் வேதனைப்படும் அப்பாவித்தனத்தை மட்டுமே காண்கிறார்கள். தங்களிடம் எந்த குறையையும் காண்பதை விடுத்து முழு மனிதகுலத்தையும் அவர்கள் குற்றம் சொல்வார்கள். தீமையின் சாத்தானை வாழ்வின் தலைவனாக தங்கள் இதய சிம்மாசனத்தில் அமர வைத்திருக்கிறார்கள். ஏற்படும் நிகழ்வுகளில் சுயநல சிதறல்களையே காண்கிறார்கள், நன்மை வீழ்த்தப்பட்டு தீமை வெல்வதையே காண்கிறார்கள். தங்களது முட்டாள்தனம், அறியாமை மற்றும் பலவீனத்தைக் காண கண் இல்லாததால், தங்களது விதியில் அநியாயத்தை தவிர வேறு எதையும் அவர்கள் காண்பது இல்லை. தங்களது தற்போதைய சூழலில் வேதனை மற்றும் இழிநிலையை மட்டுமே காண்கிறார்கள்.

ஆன்மீக அளவில் உயர்ந்த வெற்றி குறித்து இங்கு குறிப்பிடவில்லை, ஆனால், பயனுள்ள வெற்றிகரமான வாழ்வை விரும்புபவன் இந்த மனநிலையைத் தூக்கி எறிய வேண்டும். அதாவது, நன்மையையும் தூய்மையையும் மறுக்கும், தீமையானவற்றுக்கும் கீழானவற்றுக்கும் அதிக முக்கியத்துவம் கொடுக்கும், இந்த மனநிலையை தூக்கி எறிய வேண்டும். நேர்மையின்மை, ஏமாற்று மற்றும் சுயநலம் ஆகியவை தான் வெற்றிகரமான வாழ்வை அடைவதற்கான சிறந்த ஆயுதங்கள் என்று நம்புபவனுக்கு நிச்சயமாக துரதிட்டம், துக்கம் மற்றும் தோல்வி ஆகியன காத்திருக்கும். மற்றவர்களுடன் போட்டி போட்டு முன்னிலையில் இருக்க வேண்டும் என்றால் தன்னிடமுள்ள சிறந்த பண்புகளை ஊக்கப்படுத்தக் கூடாது, அவற்றை தொடர்ந்து மறுக்க வேண்டும் என்று நம்புபவன் எந்த வகையில் துணிவையும் வலிமையையும் வளர்த்துக் கொள்ள முடியும், என்ன வகையான நிம்மதியையும் மகிழ்ச்சியையும் அவன் அனுபவிக்க முடியும்? வாழ்வின் சிறந்தவைகளை எல்லாம் கெட்ட மனிதர்களே பெற்று இருக்கிறார்கள் என்று நம்புபவன், தீமையே நன்மையை விட வலிமையானது என்று நம்புபவன் இன்னும் தீமையின் கூறுகளில் ஈடுப்பட்டுள்ளான். அவ்வாறு ஈடுப்பட்டுள்ளதால், அவன் துன்பப்படுகிறான், அவன் தோல்வியை சந்திப்பான்.

உலகம் தீமையால் வீழ்த்தப்பட்டு விட்டது என்று உங்களுக்குத் தோன்றலாம். கெட்டவர்கள் செழிப்பாக வாழ்கிறார்கள், நல்லவர்கள் தோல்வியுறுகிறார்கள் என்று உங்களுக்குத் தோன்றலாம். அதிர்ஷ்டம், அநியாயம் மற்றும் ஒழுங்கின்மை ஆகியவை தவிர வேறு எதுவும் இல்லை என்று தோன்றலாம். ஆனால் இதை நம்பாதீர்கள். இது உண்மையை உணராத, தப்பித்துக் கொள்வதற்கான ஒரு தோற்றம். இன்னும் நீங்கள் வாழ்வை, அது உண்மையில் உள்ளபடி காணவில்லை என்று கருதுங்கள். வாழ்வின் காரண விளைவுகள் குறித்த புரிதல் இன்னும் உங்களுக்கு வரவில்லை என்று கருதுங்கள். வாழ்வை தூய்மையான இதயத்தோடும் மெய்யறிவான மனதோடும் காணுங்கள். அதன் சமநிலைப்படுத்தும் தன்மையை நீங்கள் புரிந்து கொள்வீர்கள். வாழ்வை நீங்கள் உண்மையிலேயே அப்படி காணும் போது, தற்போது தீமையைக் காணும் இடத்தில் நீங்கள் நன்மையைக் காண்பீர்கள், ஒழுங்கின்மை தோன்றும் இடத்தில் ஒழுங்கை காண்பீர்கள், அநியாயம் நிலவும் இடத்தில் நியாயம் நிலவுவதைக் காண்பீர்கள்.

பிரபஞ்சம் என்பது ஓர் ஒழுங்குமுறைக்கு உட்பட்டது. கட்டவிழ்த்து விடப்பட்டதல்ல. தீயவர்கள் செழித்து வாழ மாட்டார்கள். உலகில் பல தீமைகள் நிலவுவது உண்மை தான். இல்லை என்றால் அறநெறிகளை வலியுறுத்த எந்தத் தேவையும் இருக்காது. அதே நேரம் உலகில் பல துன்பங்களும் இருக்கின்றன. தீமையும் துன்பமும் தொடர்பிலானவை. தீமையின் காரணமாகத் துன்பம் விளைகிறது. உலகில் பல நன்மைகள் நிலவுவதும் அதே அளவு உண்மை தான். பல மகிழ்ச்சிகளும் இருக்கின்றன. நன்மையின் காரணமாக மகிழ்ச்சி விளைகிறது. எவன் ஒருவன் நன்மையின் வலிமை மீதும் அதன் ஆளுமையின் மீதும் ஊசலாடாத அந்த நம்பிக்கையைக் கொண்டிருக்கிறானோ, தோற்றமளிக்கும் எந்த அநியாயத்தாலோ, எந்த அளவு வேதனையாலோ, எந்த துன்பமான சூழலாலோ அந்த நம்பிக்கையை அசைக்க முடியவில்லையோ அவன் அனைத்து நெருக்கடிகளையும், அனைத்து சோதனைகளையும், பிரச்சினைகளையும் கடந்து செல்வான். காரணம், சந்தேகம் மற்றும் நம்பிக்கையின்மை என்னும் சாத்தான்களை எதிர்க்கும் அவனது தளராத துணிவு. அவன் தனது அனைத்து திட்டங்களிலும் வெற்றி பெறாமல் போகலாம். அவன் பல தோல்விகளையும் கூட சந்திக்கலாம். ஆனால், அவன் தோல்வி அடையும் போதும், அது அவனை இன்னும் சிறந்த குறிக்கோள்களை வடிவமைத்துக்

கொள்ள உதவும். உயர்ந்த சாதனைகளை எட்ட உதவும். முதலில் அவன் கனவு கண்ட வெற்றியை விட ஒரு பெரிதான வெற்றியை அடைவதற்காகவே அவனது தோல்வி அமைந்திருக்கும். அவனது வாழ்வு தோல்வியாக அமையாது, அமைய முடியாது. அவனது சில திட்டங்கள் தோல்வியுறும். ஆனால், அது அவனது குணயியல்பு மற்றும் நிகழ்வுகளில் உள்ள பலவீனமான இணைப்பு கன்னிகளை உடைப்பதற்காகவே. அதன் விளைவாக அவனது மொத்த திட்டம் வலிமையாகவும் முழுமையாகவும் மாறும்.

மூர்கமான எதிரியைக் போர்களத்தில் கலங்காமல் சந்திக்கும் துணிவு அல்லது தாக்க வரும் காட்டு விலங்கையும் சந்திக்கும் துணிவு ஆகியன போற்றப்படுகின்றன. ஆனால், ஒருவனது உள்ளத்தில் எழும் வெறியுணர்வை அடக்க முடியாமல் வாழ்க்கை போராட்டத்தில் அத்துணிவு தோல்வியுறலாம். மற்றவனை வெல்வதை விட தனது வெறியுணர்வுகளை வெல்வதற்கு நடக்கும் உள்மனப்போராட்டத்தின் இக்கட்டான நேரத்தில் சாந்தமாக இருப்பதற்கு ஓர் உயர்ந்த, தெய்வீக துணிவு தேவைப்படும். இந்தத் தெய்வீக துணிவே நம்பிக்கையின் உற்ற துணைவன் ஆகும்.

தத்துவம் சார்ந்த நம்பிக்கை(மத நம்பிக்கையுடன் பொதுவாக தொடர்புபடுத்தப்படும்) மட்டுமே போதுமானது கிடையாது. கடவுள், இயேசு, படைப்பு, முதலியவை பற்றிய நம்பிக்கைகள் ஆகியவை எல்லாம் மேலோட்டமான கருத்துக்கள்(பண்பாடு, குடும்பச்சூழல் காரணமாக பெறப்பட்டவை). அவை மனிதனது உண்மை வாழ்வின் ஆழம் வரை செல்லாது. அத்தகைய நம்பிக்கைகள் நெஞ்சை உருக்கும் உட்கலந்த நம்பிக்கையோடு உடனிருக்கலாம். ஆனால், இரண்டும் வெவ்வேறானவை. பொதுவாக கடவுள், இயேசு, பைபிள் ஆகியவை குறித்து மிக இறுக்கமான பற்றுடையவர்கள் இந்த உட்கலந்த நம்பிக்கையில் குறைவானவர்களாக இருக்கிறார்கள், அதாவது, ஒரு சிறிய பிரச்சினை அவர்களைத் தாக்கினாலும் அவர்கள் விரக்தி அடைகிறார்கள், குற்றம் குறை கூறுகிறார்கள், துக்கப்படுகிறார்கள். வாழ்வின் சிறிய விஷயங்களுக்காக ஒருவன் எரிச்சல் அடைவதும், பதட்டம் அடைவதும், விரக்தி அடைவதும், குறைபட்டு கொள்வதுமாக இருந்தால் அவன் ஒன்றை அறிந்து கொள்ளட்டும் - அவனது சமய நம்பிக்கை அல்லது மெய்யியல் நம்பிக்கை எதுவாக வேண்டுமானாலும் இருக்கட்டும், அவனிடம் உண்மையான உட்கலந்த நம்பிக்கை இல்லை. காரணம் எங்கே நம்பிக்கை இருக்கிறதோ அங்கே தைரியம் இருக்கிறது, துணிவு இருக்கிறது,

அங்கே வலிமையும் கொள்கை உறுதியும் இருக்கின்றன.

மனிதர்களின் கருத்துக்களுக்கு அதிக முக்கியத்துவம் தரக்கூடாது, காரணம், அவை, ஒவ்வொரு புதிய சிந்தனை அலையின் போதும் மாறிக்கொண்டே இருக்கும் தன்மையிலானவை. வாழ்வின் நிகழ்வுகள் மீதான அவற்றின் தாக்கம் குறிப்பிட்டுச் சொல்லும் அளவில் இல்லை. அவை மேற்பரப்பில் எழும் நுரை போன்றவை. ஆனால் அனைத்து அபிப்பிராயங்கள், கருத்துக்குகளுக்குப் பின்னால் அதே மனித இதயம் தான் இருக்கிறது. "கடவுள் நம்பிக்கை இல்லாதவர்கள்," தேவாலயங்களின் உறுப்பினர்களாக இருந்தாலும், கடவுள் நம்பிக்கையாளர்களாக தங்களை காட்டிக் கொண்டாலும் அவர்கள் கடவுள் நம்பிக்கை இல்லாதவர்களே. "கடவுள் நம்பிக்கையாளர்கள்," எந்த மதத்தையும் பின்பற்றாமல் இருந்தாலும் அவர்கள் கடவுள் நம்பிக்கையாளர்களே. சலிப்புக்கு உள்ளாகுபவர்களும் முணுமுணுப்பாளர்களும் நம்பிக்கையற்றவர்கள். நன்மையின் ஆற்றலை மறுப்பவர்கள் அல்லது குறைத்து மதிப்பிடுபவர்கள், தங்கள் வாழ்விலும் செயல்பாடுகளிலும் தீமையின் ஆற்றலை அங்கிகரிக்கிறார்கள், அதை வளர்க்கிறார்கள்.

வாழ்வின் அற்பமான பிரச்சினைகளிலிருந்தும், சுயநலத்திற்கு இடையூறான பிரச்சினைகளிலிருந்தும் மேலெழுவதற்கான அந்த நுட்பமான துணிவை நம்பிக்கை வழங்குகிறது. எந்தத் தோல்வியையும், வெற்றியை நோக்கிய ஒரு படிக்கட்டு என்பதை தவிர வேறு எதுவாகவும் அந்த நம்பிக்கை ஒப்புக்கொள்வது இல்லை. தாங்கி கொள்வதற்கு வலிமையாக, காத்திருப்பதற்குப் பொறுமையாக, போரிடுவதற்கு ஆற்றலுடன் அந்த நம்பிக்கை இருக்கிறது. அனைத்து நிகழ்வுகளிலும் தீங்கற்ற உண்மையின் நீதியை அது உணர்கிறது. இதயத்தின் இறுதி வெற்றியில், மனதின் பேராற்றலில் அந்த நம்பிக்கை உறுதியாக இருக்கிறது.

எனவே, நம்பிக்கை என்ற அந்த விளக்கை உங்கள் இதயத்தில் ஏற்றுங்கள். அதன் ஒளி கீற்றுகளின் வழிக்காட்டுதலோடு இருளைக் கடந்து சொல்லுங்கள். அதன் ஒளி மங்கலானது, அறிவு என்னும் சூரிய ஒளியின் பிரம்மாண்டத்தோடு அதை ஒப்பிட முடியாது. ஆனால், சந்தேகம் என்னும் மூடுபனியின் ஊடே, கைவிடப்பட்ட நிலை என்னும் இருளான பாதையை, துக்கம் மற்றும் சோர்வு என்று முள்பாதையை, உள்மனத்தூண்டுதல் மற்றும்

அறியப்படாத எதிர்காலம் என்னும் துரோகம் நிறைந்த இடங்களை பாதுகாப்பாக கடந்து செல்ல அந்த மங்கலான ஒளி போதுமானது. இதயம் என்னும் காட்டில் வெறியாட்டம் ஆடும் விலங்குகளை விரட்ட அது ஒருவனுக்கு உதவும். தூய்மையான வாழ்வு என்னும் திறந்த சமவெளியை அடைந்து, தன்னை வெல்லுதல் என்னும் மலைப்பாதையை அடையும் வரை அது வழிக்காட்டும். அதன் பின் அந்த மங்கலான ஒளி தேவைப்படாது. காரணம், அவன் அனைத்து இருளையும், அனைத்து சந்தேகங்களையும், அனைத்து துக்கங்களையும் கடந்து ஒரு புதிய உணர்வுநிலைக்குள் நுழைந்திருக்கிறான், வாழ்வின் ஓர் உயர்ந்த சுற்று வட்டத்தை அடைந்திருக்கிறான். அங்கே அவனது வாழ்வின் பணிகளும் செயல்பாடுகளும் மெய்யறிவின் ஒளிவெள்ளத்தில் நிம்மதியோடும் தன்னிறைவோடும் நடைப்பெறுகின்றன.

தமிழில் சே.அருணாசலம்

2. மனிதத் தன்மையும் உண்மை தன்மையும்

ஒருவன் உண்மையிலேயே தெய்வீகமானவனாக இருப்பதற்கு முன், அவன் மனிதத்தன்மையுடன் இருக்க வேண்டும். ஒருத்தி உண்மையிலேயே தெய்வீகமானவளாக இருப்பதற்கு முன், அவள் மனிதத் தன்மையுடன் இருக்க வேண்டும். அறநெறி வலிமைக்கு அப்பாற்பட்டு எந்த உண்மையான நன்மையும் இருக்க முடியாது. ஏளனமாக சிரிப்பது, தெரிந்தும் தெரியாதது போல நடிப்பது, செயற்கையாக செயல்படுவது, பொய் புகழ்ச்சியுரைகள் கூறுவது, உள்ளொன்று வைத்து புறமொன்று செயல்படுவது- இவையெல்லாம் நம் மனதிலிருந்து ஒரேயடியாக அகலட்டும், நீங்கட்டும். தீமையானது தன்னியல்பாலோயே பலவீனமானது, தனித்த செயல் திறனற்றது, கோழைத்தனமானது. நன்மையானது தன்னியல்பாலேயே வலிமையானது, தனித்த செயல்திறன் உடையது, துணிவு மிக்கது. மனிதர்கள் நல்லவர்களாக இருப்பதற்கு நான் கற்றுக்தருவது, அவர்கள் வலிமையானவர்களாக, சுதந்திரமானவர்களாக,
தன்னம்பிக்கையானவர்களாக இருக்க வேண்டும் என்பதைத் தான். நான் கனிவு, தூய்மை, மற்றும்

பொறுமை ஆகியவற்றை கடைபிடிக்கக் கூறுவதால் பலவீனத்தை நான் கற்றுத் தருவதாக என்னையும் நான் வலியுறுத்தும் கொள்கைகளையும் தவறாக புரிந்துகொள்பவர்கள் கற்பனை செய்கிறார்கள். அந்தத் தெய்வீக இயல்புகளை மனிதத் தன்மை உடையவர்களாலேயே புரிந்து கொள்ள முடியும். வெற்றிகரமான வாழ்வை அடைவதற்கு சிறப்பான தகுதி படைத்தவர்கள் யார் என்றால், சிறந்த அறநெறிகளைச் செயல்படுத்துவதோடு தூய்மை மற்றும் மாண்புகளை உயர்த்தி பிடிப்பதோடு சராசரி மனிதனுக்கே உண்டான வலிமையான மிருக இயல்புகளைக் கொண்டிருப்பவர்கள் தான்.

எந்த மிருக இயல்பு, பல்வேறு வடிவங்களில், உங்களுக்குள் கிளர்ந்தெழுந்து, ஆர்ப்பரிப்பான நேரத்தில், உங்களை கண்மூடித்தனமாக வழிநடத்துகிறதோ, உங்களுடைய உயர்குணயியல்புகள் மற்றும் மனித மாண்புகளை மறக்கச் செய்கிறதோ- அந்த அதே ஆற்றல் கட்டுப்படுத்தப்படும் போது, சரியாக கையாளப்பட்டு வழிநடத்தப்படும் போது, உங்களுக்கு ஓர் தெய்வீக ஆற்றலை வழங்கும். உண்மையான வாழ்வின் உயர்ந்த, சிறந்த, பேரருளான வெற்றிகளை அடைய முடியும்.

உங்களுக்குள் இருக்கும் வெறிபிடித்த மனிதன் தண்டிக்கப்பட்டு ஒழுங்குப்படுத்தப்பட வேண்டும். உங்கள் உள்ளத்தை ஆளும் தலைவனாக, உங்கள் மனதை ஆளும் தலைவனாக நீங்கள் இருக்க வேண்டும். மனிதன் எப்போது பலவீனமானவனாகிறான், அலைக்கழிக்கப்படுகிறான் என்றால் கட்டுப்படுத்தலுக்கான கடிவாளத்தை தன் உயர்வுணர்வுகளிடம் வழங்குவதை விடுத்து தாழ்வுணர்வுகளிடம் வழங்கும் போது தான். உங்களது வெறியுணர்வுகள் உங்களுக்கு வேலைக்காரர்களாகவும் அடிமைகளாகவும் இருக்க வேண்டும், உங்களுக்கு எஜமானர்களாக அல்ல. அவர்களை அவர்களுக்கு உரிய இடத்தில் வைத்து உரிய முறையில் கட்டுப்படுத்திக் கட்டளையிடுங்கள். அவர்கள் உங்களுக்கு நம்பிக்கையானவர்களாக வலிமையுடன், மகிழ்ச்சியுடன் பணியாற்றுவார்கள்.

நீங்கள் "தீங்கானவர்" அல்ல. உங்கள் உடலிலோ அல்லது மனதிலோ தீங்கானது என்று எதுவும் இல்லை. இயற்கை எந்த தவறுகளையும் செய்வது இல்லை. இந்தப் பிரபஞ்சம் உண்மையின் மீது வடிவமைக்கப்பட்டுள்ளது. உங்களது அனைத்து செயல்பாட்டு அம்சங்களும், செயல் திறன்களும், ஆற்றல்களும் நன்மையானவை. அவற்றைச்

சரியாக வழிநடத்துவது என்பது மெய்யறிவு, புனிதம், மகிழ்ச்சி ஆகும். அவற்றைத் தவறாக வழிநடத்துவது முட்டாளத்தனம், பாவம் மற்றும் துக்கம் ஆகும்.

மனிதர்கள் தங்கள் ஆற்றலை வீணாக்கி கொள்கிறார்கள்-,தவறான மனநிலைகளால், காழ்ப்புணர்வுகளால், அளவுக்கு அதிகமாக நாவின் ருசியை ஈடேற்றிக் கொள்வதால், மெச்சத் தகுதியில்லாத கேளிக்கைகளால் மற்றும் சட்டத்துக்கு புறம்பான கொண்டாட்டங்களால். பின்பு அவர்கள் வாழ்வைப் பழி சொல்கிறார்கள். அவர்கள் தங்கள் மீதே பழியைப் போட்டுக் கொள்ள வேண்டும். தன் மீது அவன் சுயமதிப்பு கொண்டு தன் குணயியல்பை அவன் தாழ்த்திக் கொள்ளாது இருக்க வேண்டும். தன் மீதான கட்டுப்பாடுடன் அவன் செயல்பட வேண்டும். ஆர்ப்பாட்டத்தையும் அவசரத்தையும் அவன் கைவிட வேண்டும். கோபத்திற்கு இடம் கொடுக்காமல், மற்றவர்களது செயல்களாலோ கருத்துக்களாலோ பாதிப்போ எரிச்சலோ அடைய முடியாத அளவிற்கு மிக சிறந்தவனாக இருக்க வேண்டும் அல்லது வாக்குவாதம் செய்யும் எதிரியுடன் பயனின்றி வாக்குவாதம் செய்யாமல் அதைத் தவிர்க்க வேண்டும்.

ஒரு கனிந்த சிறந்த மனிதத்தன்மையின் பெரு அடையாளம் என்பது அமைதியான, அவமரியாதை செய்யாத மாண்பு தான். மற்றவர்களை மதியுங்கள். உங்களுக்கு மரியாதை வழங்கிக் கொள்ளுங்கள். உங்கள் பாதையைத் தேர்வு செய்யுங்கள். அதில் உறுதியாக நடங்கள், எந்த சறுக்கலும் இல்லாமல், ஆனால் மற்றவர்களுடன் தலையிட்டு உரசல்களை ஏற்படுத்திக் கொள்ளாதீர்கள். உண்மையான மனிதனிடத்தில் எதிர் குணயியல்புகள் ஒன்றுகலந்து ஒன்றிசைந்து இருக்கும். எதற்கும் வளைந்து கொடுக்காத வலிமையோடு ஒரு மென்மையான இரக்கம் இருக்கும். தனது மனிதத்தன்மையை கட்டமைத்துள்ள அறநெறி கோட்பாடுகளைக் கைவிடாமல். கனிவு மற்றும் மெய்யறிவோடு மற்றவர்களுக்கு ஏற்ப அவன் நடந்து கொள்கிறான். உண்மையிலிருந்து சிறிதளவு தடம் மாறுவதற்கு பதிலாக இறப்பை எந்த சலனமுமின்றி ஏற்கும் அந்த இரும்பு வலிமை, அதன் கூடவே தவறான புரிதலுக்கு உள்ளான பலவீனமான எதிரியை பாதுகாக்கும் அந்த மெல்லிய இரக்கம் ஆகியவை தெய்வீக மனிதத்தன்மையின் இயல்புகளாகும்.

உங்கள் மனச்சான்றின் கட்டளைகளுக்கு உண்மையாக இருங்கள். அதைச் செய்பவர் அனைவரையும் மதியுங்கள், நீங்கள் செல்லும் திசைக்கு எதிர்திசையில் அவர்களது மனச்சான்று அவர்களை வழிநடத்திச் சென்றாலும். எவரேனும் கொண்டுள்ள மாற்று கருத்துக்காகவோ அல்லது அவர்கள் கடைபிடிக்கும் வேறு ஒரு மதத்தின் காரணமாகவோ அவர்கள் மேல் இரக்கப்படுவது மனிதத்தன்மையற்ற ஒரு செயலாகும். ஒருவன் கடவுள் நம்பிக்கையற்றவனாகவோ அல்லது கடவுள் மறுப்பாளனாகவோ அல்லது புத்த மதத்தை சார்ந்தவனாகவோ அல்லது கிறிஸ்த்துவ மதத்தை சார்ந்தவனாகவோ இருக்கும் காரணத்தால் அவன் மீது ஏன் இரக்கம் கொள்ள வேண்டும்? தான் ஏற்ற கருத்தை அல்லது அந்த நம்பிக்கையை அவன் கொள்ளவில்லை என்ற காரணத்தாலா? அத்தகைய இரக்கத்தை உண்மையில் கோபம் என்று தான் அழைக்க வேண்டும். பலவீனமானவர்களுக்கு, பாதிக்கப்பட்டவர்களுக்கு, உதவியற்றவர்களுக்கு தான் இரக்கம் தேவை.

இரக்கம் ஒரு போதும் "நான் இரக்கப்படுகிறேன் என்று கூறுவது கிடையாது", ஆனால், இரக்கமான செயல்களைச் செய்யும். வலிமையானவர்களுக்கு, தன்னம்பிக்கையானவர்களுக்கு, தாங்கள் தேர்ந்தெடுத்தப் பாதையில் துணிவுடன்

நடப்பவர்களுக்கு இரக்கப்படுவது என்பது மற்றவர்களை விட தாம் உயர்ந்தவர்கள் என்று நினைக்கும் மனப்பான்மையாகும், அவர்களது கருத்துக்களுக்கோ நம்பிக்கைகளுக்கோ எந்த முக்கியத்துவமும் அளிக்காமல் இருப்பதாகும். அவன் எனது கருத்தையோ அல்லது உங்களது கருத்தையோ ஏற்க வேண்டும் என்று ஏன் கட்டாயப்படுத்தப்பட வேண்டும்? நான் சொல்வதும் செய்வதும் அவனது மனச்சான்றுக்கும் பகுத்தறிவிற்கும் ஏற்புடையதாக இருந்தால், அவன் என்னுடன் ஒத்துப் போவான், என்னுடன் இணைந்து செயல்படுவான். அவன் என்னுடன் இணைந்து செயல்படவில்லை என்றாலும் அவனும் ஒரு மனிதன் தான். அவனுக்கு கடமைகள் இருக்கின்றன, அவை எனது கடமையுடன் ஒத்துப் போகவில்லை என்றாலும். சுயசிந்தனை கொண்ட சுயமரியாதை உள்ள ஒருவனை நான் சந்திக்கும் போது எனது கருத்துக்களை அவன் நிராகரிக்கும் காரணத்தால், எனது இதயத்தில் அவனுக்கு கோபம் என்று அழைப்பதற்குரிய இரக்கத்தை நான் வழங்க மாட்டேன், ஆனால், அவனுக்கு மதிப்பு அளிப்பேன்.

வெற்றிகரமான வாழ்வு

நீதியால் கட்டுப்படுத்தப்படும் ஒரு பிரபஞ்சத்தில் நாம் பொறுப்பு உள்ளவர்களாக, சுய செயற்பாடு உடையவர்களாக இருக்க வேண்டும் என்றால் நாம் சுயமாக சிந்தித்து முடிவெடுப்போம், மற்றவர்களது சுயசிந்தனைக்கும் மதிப்பு அளிப்போம். நாம் வலிமையானவர்களாக, மனிதத்தன்மையானவர்களாக இருக்க வேண்டும் என்றால் நாம் பரந்த இதயம் கொண்டவர்களாக, தாராள மனம் கொண்டவர்களாக இருப்போம். வாழ்வின் துக்கங்களின் மீது நாம் வெற்றி கொள்ள வேண்டும் என்றால் நமது அற்பமான இயல்புகளைக் கடந்து மேலெழுவோம்.

மனிதர்கள் தங்கள் பலவீனத்தால் அழுகிறார்கள், இதயத்தின் துக்கத்தாலும் பாழான மனதாலும் கண்ணீர் வடிக்கிறார்கள். அப்படி என்றால், மீட்புக்கான வழி எவ்வளவு தெளிவானது என்று உணரலாம். வெற்றிக்கான செயற்பாடு எவ்வளவு மேன்மையானது. உங்களைக் கட்டுப்படுத்தி ஆளும் தலைவனாக இருங்கள். பலவீனத்தை அகற்றுங்கள். பலவீனம் மற்றும் இழிகுணம் நிறைந்த, உங்களைச் கேலி செய்யும் நண்பனான சுயநலத்தை விட்டொழியுங்கள். இயற்கைக்கு மாறான தூண்டுதல்களை, சட்டத்துக்கு புறம்பான ஆசைகளை வளர்த்துக் கொள்ள தவிக்காதீர்கள். சுய அபிமானம் மற்றும் சுய இரக்கம் கொண்டு

30

ஆரோக்கியமற்ற சிந்தனைகளில் மூழ்காதீர்கள். அவற்றுக்கு எந்த இடமும் அளிக்காதீர்கள். ஆனால், ஒரு கட்டுப்பாட்டு ஒழுங்குடனும் வலிமையுடனும் அவற்றை உறுதியாக வெளியேற்றுங்கள்.

ஒருவன் தன்னைத் தானே நிலைநிறுத்திக் கொள்ள வேண்டும். எதை எப்பொழுது கையில் எடுப்பது, எப்பொழுது கீழே வைப்பது என்று அவனுக்குத் தெரிந்திருக்க வேண்டும். பொருட்களை எப்படி கையாள்வது என்று அவனுக்குத் தெரிந்திருக்க வேண்டும். பொருட்கள் அவனை கையாள்வதாக இருக்கக் கூடாது. அவன் அளவுக்கு மீறிய உபரியானவைகளால் சிறைபிடிக்கப்பட்டவனாகவும் இருக்கக் கூடாது. வாழ்வின் தேவைகளின் பற்றாகுறையால் சாட்டையடி வழங்கப்படும் அடிமையாகவும் இருக்கக் கூடாது. ஆனால், தன்நிறைவானவனாக, தன் தேவைகளை பூர்த்தி செய்து கொண்டவனாக, எல்லா சூழல்களிலும் தனக்குத் தானே தலைவனாக இருக்க வேண்டும். தன் மனதிடத்தை சுயகட்டுப்பாடு என்ற பாதையில் அவன் பயிற்சி செய்து வளர்த்துக் கொள்ள வேண்டும். அதாவது ஒழுக்கத்தின் பாதையில். தனது குணயியல்பை நீதிநெறிகளுக்குக் கட்டுப்பட்டு வளர்த்துக் கொள்ள வேண்டும். நீதிநெறிகளுக்குக் கட்டுப்படாமல் இருப்பது தான்

மனிதனிடம் உள்ள பெரும் தீங்காகும். அவனது அனைத்துப் பாவங்கள் மற்றும் துக்கங்களுக்குக் காரணமாக இருக்கிறது. நீதியின் மீது வெற்றி கொள்ள முடியும், மற்றவர்களது மனதிடத்தை அடக்க முடியும் என்று அவன் தனது அறியாமையில் கற்பனை செய்கிறான். இவ்வாறு அவன் தன் ஆற்றலை அழித்துக் கொள்கிறான்.

மனிதன் தன் ஒழுக்க கேட்டின் மீது கட்டுப்பாட்டை விதிக்க முடியும், அறியாமையின் மீது, பாவம், ஆணவம் மற்றும் நீதிநெறியின்மை ஆகியவற்றை வெற்றிக் கொள்ள முடியும். தன்னை அவன் வென்று ஆள முடியும். இதில் தான் அவனது பல வலிமைகளும் தெய்வீக ஆற்றலும் இருக்கின்றது. தன் தந்தையின் விருப்பத்துக்கு ஏற்ப நடந்து கொள்ளும் குழந்தையைப் போல தன் வாழ்வை வழிநடத்தும் நீதி குறித்த புரிதலோடு அவன் இருக்கிறான். பேராசை மற்றும் சுயநலத்தின் கருவிகளாகப் பயன்படுத்துவதற்குப் பதிலாக, தனது அனைத்து திறமைகள் மற்றும் செயல்பாடுகளின் முடிசூடிய மன்னனாக ஒருவன் அமர்ந்து தன்னலமின்றி செயல்பட்டு அவற்றை அவன் மெய்யறிவோடு பயன்படுத்தலாம். அவனால் பிடுங்கி எறிய முடியாது என்று எந்த கெட்ட பழக்கமும் அவனிடம் இருக்காது, அவனால் கட்டுப்படுத்த இயலாது என்று எந்த பாவமும்

அவனிடம் இருக்காது. புரிதல் இருக்கும் பட்சத்தில் வெற்றி கொள்ள முடியாது என்று எந்த துக்கமும் அவனிடம் இருக்காது. "ஒருவன் தனது அருமையை உணர்ந்து அதற்கேற்ப நடந்து கொள்ளட்டும். அவன் திருடவோ அல்லது களவாடவோ வேண்டாம், அதை கொண்டு இல்லாதவர்களுக்கு உதவி செய்கிறேன் என்கிற போர்வையில். இந்த உலகம் அவனுக்காகத் தான் இயங்கி கொண்டு இருக்கிறது."

ஒரு ஆளுமையான தன்னம்பிக்கை தெய்வீக பணிவுடன் ஒத்துப் போக கூடியது மட்டுமல்ல, அது தான் அதன் துணையும் கூட. மற்றவர்களது உரிமையைப் பறித்து அதிகாரம் செலுத்தும் போது தான் ஒருவன் ஆணவமாகவும் அகம்பாவம் கொண்டவனாகவும் இருக்கிறான். அவன் தன் மீது மிகப் பெரிய அளவில் அதிகாரம் செலுத்துகிறான் என்று அறுதியிட்டு கூற முடியாது. வலிமையான சுயகட்டுப்பாட்டுடன் மற்றவர்கள் மீதான ஒரு கனிவான மனப்பான்மை ஆகியன ஓர் உண்மையான ஆளுமை மிக்க மனிதனை உருவாக்க இணைகின்றன.

தொடக்கப்புள்ளியாக ஒருவன் நேர்மையானவனாக, நேர் வழி நடப்பவனாக, உண்மைதன்மையுடன் இருக்க வேண்டும். கண்மூடித்தனமான முட்டாளதனம் எது என்றால் ஏமாற்று தான். கபட நாடகமாடுவது தான் பூமியிலேயே பலவீனமான செயல். மற்றவர்களை ஏமாற்ற முயற்சிக்கும் செயல்பாட்டில் ஒருவன் தன்னைத் தான் அதிகம் ஏமாற்றிக் கொள்கிறான். வஞ்சகம், தந்திரம், ஏமாற்று ஆகியவற்றிலிருந்து ஒருவன் முற்றிலும் விடுப்பட்டு இருக்க வேண்டும். எந்த கலக்கமோ தயக்கமோ இன்றி நேர் கொண்ட பார்வையோடு அவன் அனைவரையும் முகம் நோக்கும் நிலையில் இருக்க வேண்டும். உள்மன உறுத்தலோ அல்லது தவறான புரிதலோ இல்லாமல், வெட்கி தலைகுனிதலோ அல்லது குழப்பமோ இல்லாமல் அவன் அனைவரையும் நேராக நோக்க வேண்டும். உண்மை தன்மை இல்லை என்றால் ஒரு மனிதன் முகமூடி அணிந்தவன் ஆகிறான். அவன் எந்தப் பணியைச் செய்ய முனைந்தாலும் அது உயிரோட்டம் இல்லாததாகவும் பயனற்றதாகவுமே இருக்கும். ஒரு வெற்று குடத்திலிருந்து அந்த வெற்று குடத்தின் ஓசையைத் தவிர வேறு எதுவும் வராது. உண்மை தன்மை இல்லாத நிலையிலிருந்து வெற்று வார்த்தைகள் மட்டுமே புறப்படும்.

பலரும் தெரிந்தே பாவனை செய்பவர்களாக இருப்பதில்லை. வேடம் தரித்து நடிக்கிறோம் என்ற உணர்வின்றி இருக்கிறார்கள். என்றாலும் உண்மை தன்மையில்லாத சில சிறிய விஷயங்களில் கவனமின்றி இரையாகி விழுகிறார்கள். அது அவர்களது மகிழ்ச்சியைக் குறைக்கின்றது. அவர்களது குணயியல்பின் அடிப்படையை அழிக்கும். இவர்களுள் சிலர் தங்களின் வழிப்பாடு தளங்களுக்கு வழக்கமாக செல்பவர்களாக இருப்பார்கள். தூய்மையான உள்ளம் மற்றும் வாழ்வு வேண்டும் என்று விடாமல் வேண்டுவார்கள். ஆனால், வழிபாட்டுத் தளங்களை விட்டு வெளி வந்த உடன் அவர்கள் தங்களது எதிரியின் செயலை மிகைப்படுத்தி உரைப்பார்கள் அல்லது அங்கில்லாத நண்பனைக் குறித்து புறம் பேசுவார்கள், அவனை நேரில் சந்திக்கும் போது அவனிடம் இனிக்க பேசி புன்னகை புரிவார்கள். இதில் பரிதாபப்படத்தக்கது என்னவென்றால் அவர்கள் தங்களின் உண்மை தன்மை இன்மை குறித்து முற்றிலும் உணர்வில்லாதவர்களாக இருக்கிறார்கள். அவர்களது நண்பர்கள் அவர்களைக் கைவிடும் போது இந்த உலகின் நன்றி கெட்ட தனத்தையும் வெற்று தனத்தையும் குறை கூறுகிறார்கள். இந்த உலகில் உண்மையான நண்பர்களே இல்லை என்று உங்களிடம் வருத்தத்துடன் கூறுவார்கள். உண்மையில், அப்படிப்பட்டவர்களுக்கு நிலையான நண்பர்கள்

கிடையாது. பொய் தன்மை, ஒரு வேளை கண்டு நிரூபிக்க முடியாததாக இருந்தாலும் அதன் பொய்தன்மையை உணர முடியும். உண்மையையும் நம்பிக்கையையும் செலுத்த இயலாதவர்களால் அவ்வுணர்வைப் பெற முடியாது. மற்றவர்களிடம் உண்மையாக இருங்கள். அவர்களும் உங்களிடம் உண்மையாக இருப்பார்கள்.. எதிரிக்கும் நல்லதை நினையுங்கள். உடன் இல்லாத நண்பனுக்குத் தற்காப்பு வழங்குங்கள். மனித இயல்புகளின் மீது நீங்கள் நம்பிக்கை இழந்திருந்தால், உங்களுக்குள் என்ன தவறு நேர்ந்திருக்கும் என்று ஆராயுங்கள்.

கன்பூஷியஸ்ஸின் அறநெறி கோட்பாட்டு விதிகளில் "ஐந்து பெரும் அறநெறி"களுள் ஒன்றாக உண்மை தன்மை விளங்குகிறது. அது குறித்து கன்பூசியஸ் இவ்வாறு சொல்கிறார்:

உங்கள் வாழ்வின் மீது மணிமகுடத்தைச் சூட்டுவது உண்மை தன்மையே. அது இல்லாமல், நமது சிறந்த செயல்களுக்கு எந்த மதிப்பும் இருக்காது. அறநெறியாளர்களாகக் காணப்படுபவர்கள் வெறும் வேடதாரிகளாக இருக்க கூடும். கண்ணைக் கூசும் பேரொளியாக இருக்கும் ஒன்று உண்மை உணர்வின் மூச்சுக்காற்றில் அணையும் சிறு நெருப்பாக மட்டுமே கூட இருக்கலாம். . . மனத்

தூய்மை கொண்டிருக்க வேண்டும் என்றால் தன்னைத் தான் ஏமாற்றுதலிலிருந்து நீங்கள் விடுப்பட்டிருக்க வேண்டும். தாங்க முடியாத நாற்றத்தை வெறுப்பது போல நீங்கள் அறநெறியின்மையை வெறுக்க வேண்டும். ஓர் அழகிய பொருளை விரும்புவது போல அறநெறியை நீங்கள் விரும்ப வேண்டும். உண்மை தன்மை இல்லாமல் எந்த சுய-மரியாதையும் இருக்க முடியாது. இதனால் தான் மிகச் சிறந்த மனிதனும் தனிமையில் இருக்கும் போது விழிப்புடன் தன்னைத் தற்காத்துக் கொள்ள வேண்டும்.

அருகதையற்ற ஒருவன் வீணான பொழுதுகளில் தீங்கான செயல்பாடுகளில் இரகசியமாக ஈடுபடுவான். அவனது வஞ்சகத்திற்கு ஒரு அளவே இல்லை. மனத் தூய்மையானவர்கள் முன் அவன் வேடம் தரிப்பான். அவனது சிறந்த இயல்புகளை மட்டுமே முன்நிறுத்துவான். என்றாலும் உண்மை தன்மையின் முதல் ஊடுருவும் பார்வையின் வீச்சில் அவன் தரித்துள்ள வேடத்திற்கு அவனது உண்மை இயல்பை மறைக்கும் ஆற்றல் இருக்காது.

"பல கைகள் சுட்டிக்காட்டும், பல கண்கள் நோட்டமிடும் ஒன்றின் மீது ஒரு கண்காணிப்பான பார்வை இருக்கும்" என்று சொல்லப்படுகிறது. எனவே, தனிமையில் தான், நேர்மையான மனிதன் தன்னைத் தற்காத்துக் கொள்வதற்கு மிகப் பெரும் காரணம் இருக்கிறது.

வெளிச்சத்திற்குக் கொண்டு வரப்பட்டால் வெட்கப்படுவதற்கு உரிய எந்த ஒரு செயல்பாட்டிலும் உண்மை தன்மையானவன் ஈடுபட மாட்டான். அவனது உள்ளத்தின் நேர்மை அவனை தன் சக மனிதர்களுக்கு இடையே நிமிர்ந்த நன்னடையோடு நடக்கச் செய்கிறது. அவனது இருப்பு ஒரு வலிமையான பாதுகாவலாகும். அவனது வார்த்தைகள் ஆற்றல் நிறைந்தவை, சுற்றி வளைக்காமல் நேரடியானவை, காரணம், அவை உண்மையானவை. அவனது பணி எதுவாக இருந்தாலும், அது செழித்து ஓங்கும். அவன் சொல்வது மற்றவரது செவிகளுக்கு இனிமையாக இல்லாதிருந்தாலும், அவர்களது இதயங்களை அவன் வெல்வான்.

துணிவு, தன்னம்பிக்கை, உண்மை தன்மை, பரந்த உள்ளம் மற்றும் இரக்கம்— இவையே கட்டுரம் வாய்ந்த மனிதத்தன்மையின் அறநெறி கூறுகளாகும். இவை இல்லை என்றால் மனிதன் சூழ்நிலையின் கைகளில் அகப்பட்டுள்ள களிமண் பொம்மை தான். உண்மையான வாழ்வின் மகிழ்ச்சியையும் சுதந்திரத்தையும் அவன் அனுபவிக்காமல் அலைபாய்ந்து திரிவான். ஒவ்வொரு இளைஞனும் இந்த அறநெறி கூறுகளை பண்படுத்தி வளர்த்துக் கொள்ள வேண்டும். அவற்றை கடைப்பிடித்து வாழ்வதில் அவன் வெற்றி பெறும் போது அவன் தன்னை வெற்றிகரமான வாழ்விற்குத் தன்னை தயார்படுத்திக் கொள்கிறான்.

இந்த பூமிக்கு ஒரு புதிய மனித இனம் வருவதை நான் பார்க்கிறேன்— ஆண்கள், உண்மையில் ஆண்களாக இருப்பார்கள், வலிமையானவர்களாக, நேர்மையானவர்களாக, சிறந்தவர்களாக; கோபம், தூய்மையின்மை, சண்டை, காழ்ப்புணர்வு கொள்ள முடியாத அளவிற்கு மெய்யறிவானவர்களாக இருப்பார்கள்.— பெண்கள் உண்மையில் பெண்களாக இருப்பார்கள், கனிவானவர்களாக, உண்மையானவர்களாக, பரிசுத்தமானவர்களாக; புரளி பேசுதல், அவதூறு பரப்புதல் மற்றும் ஏமாற்றுதலை புரிய முடியாத அளவிற்கு இரக்கம் மிக்கவர்களாக இருப்பார்கள்.

அவர்களது வரும் தலைமுறையினரும் அதே போன்று சிறந்தவர்களாக இருப்பார்கள். அவர்களது பாதையில் தீமை, தவறு என்னும் இருளான நண்பர்கள் குறுக்கிடாமல் ஓடுவார்கள். இந்த சிறந்த மனிதயினம் பூமிக்கு புத்துயிர் ஊட்டும். மனிதயினத்தை அவர்கள் கவுரவப்படுத்துவார்கள். இயற்கையை அதன் தன்மையில் தழைத்து ஓங்கச் செய்வார்கள். அன்பு, மகிழ்ச்சி மற்றும் நிம்மதிக்கு மனிதகுலத்தை மீட்பார்கள். பாவம் மற்றும் துக்கத்தின் மீதான வெற்றியை இந்த பூமியில் நிலைநாட்டுவார்கள்.

3. ஆற்றலும் செயல்திறனும்

பிரபஞ்ச ஆற்றலின் அற்புதத்தை என்னவென்று விவரிக்க முடியும்! பிரபஞ்ச ஆற்றல் உறங்குவதில்லை, களைப்படைவதில்லை, தீர்ந்து போவதில்லை, அது என்றென்றும் செயல்படுகின்றது, அணுவிற்குள்ளும் நட்சத்திரத்திற்குள்ளும் நகர்கின்றது. அதன் இசைவுக்கு ஏற்ப நிகழும் வடிவ மாற்றங்களை ஓய்ந்திடாமல் இயங்கும் துடிப்பாற்றலால் தெரிவிக்கின்றது.

இந்த படைப்பாற்றலின் ஒரு கூறு தான் மனிதன். அவனில் இது தன்னை வெளிப்படுத்திக் கொள்கின்றது. பாசம், வெறியுணர்வு, அறிவுகூர்மை, அறநெறி, பகுத்தறிவு, புரிந்துணர்வு மற்றும் மெய்யறிவு போன்ற மனஆற்றல்களின் பலவிகித சேர்க்கை கூடி வெளிப்படுத்திக் கொள்கின்றது. மனிதன் என்பவன் ஆற்றலை வெறுமனே உள்வாங்கி பகிர்ந்தளிக்கும் வழித்தடமாக இல்லை. ஆனால், அதை உணர்ந்து பயன்படுத்துபவனாக, கட்டுப்படுத்துபவனாக, இயக்குபவனாக இருக்கிறான். மெதுவாக, ஆனால்

வெற்றிகரமான வாழ்வு

நிச்சயமாக, அவன் தனக்கு வெளியே உள்ள ஆற்றல்களின் மீது ஒரு ஆதிக்கத்தை செலுத்தியபடியே இருக்கிறான். அவற்றை அவனுக்கு கீழ்படிந்து பணிசெய்யும் படி செய்கிறான். அவன் தனக்கு உள்ளே ஆற்றல்களின் மீதும் ஒரு ஆதிக்கத்தை நிச்சயம் கொள்வான்— எண்ணங்கள் என்னும் நுட்பமான ஆற்றல் மீது ஆதிக்கத்தை நிச்சயம் கொள்வான். பின்பு அவற்றை மகிழ்ச்சி, ஒத்திசைவு என்னும் வழித்தடங்களில் பாயச் செய்வான்.

இந்தப் பிரபஞ்சத்தில் மனிதனுக்குரிய இடம் என்பது ஓர் அரசனுக்குரிய இடம் ஆகும். ஓர் அடிமைக்குரிய இடமல்ல. அவன் நன்மையின் நீதிக்கு கீழ் இயங்கும் ஒரு தளபதி ஆவான். தீமையின் பிரதேசத்தில் உள்ள உதவிட முடியாத ஒரு கருவி அல்ல. அவனது உடல் மற்றும் மனம் ஆகிய இரண்டின் மீதும் அவன் தன் முழு ஆதிக்கத்தை செலுத்த வேண்டும். உண்மையின் தலைவனாக, தன்னை தான் ஆள்பவனாக அவன் விளங்க வேண்டும். அவனுக்குள் என்றென்றும் உறைகின்ற தூய்மையான படைப்பாற்றலை பயன்படுத்துபவனாக, இயக்குபவனாக இருக்க வேண்டும். தலைநிமிர்வுடன் இந்த பூமியில் அவன் நடை போடட்டும், வலிமையானவனாக, அச்சமற்றவனாக, மென்மையானவனாக,

இரக்கமானவனாக; தன்னை இழிவுப்படுத்திக் கொள்ளாமல் நிறைவான மனிதத்தன்மையுடன் அவன் பீடு நடை போடட்டும்; சுயநலத்திலோ அல்லது மன உறுத்தலிலோ கலங்காமல், மன்னிப்புக்காகவும் தயவுக்காகவும் அழுது அரற்றாமல், ஆனால், பாவமற்ற வாழ்வின் கம்பீரமான பெருந்துணையோடு உறுதியாக நிற்கட்டும்.

நெடுங்காலமாக மனிதன் தன்னை இழிவானவனாகவும், பலவீனமானவனாகவும், தகுதியற்றவனாகவும் கருதிக்கொண்டு, அவ்வாறு இருப்பதில் திருப்தி அடைந்தவனாகவும் இருக்கிறான். ஆனால் தற்போது வெடித்துக் கிளம்பியுள்ள இந்த புதிய யுகத்தில் மனிதன் மனதிட்பத்துடன் எழும் போது, தான் தூய்மையானவன், வலிமையானவன், அறநெறித் தன்மையானவன் என்ற உயர்ந்த கண்டறிதலை மேற்கொள்ள வேண்டும். இவ்வாறு மேலெழுவது எந்த புற எதிரியையும் எதிர்த்து அல்ல. அண்டை அயலாருக்கு எதிராகவோ அல்லது அரசாங்கத்துக்கு எதிராகவோ அல்லது சட்டங்களுக்கு எதிராகவோ அல்லது மந்திர சக்திகளுக்கு எதிராகவோ அல்ல. ஆனால், அவனது சொந்த மனதில் ஆதிக்கம் செலுத்தி அவனைக் கீழ்நிலைபடுத்தும் அறியாமை,

முட்டாள்தனம் மற்றும் துக்கத்திற்கு எதிராக மேலெழுவது ஆகும். காரணம், அறியாமை மற்றும் முட்டாள்த்தனத்தால் தான் மனிதன் அடிமையாகிறான். அறிவு மற்றும் மெய்யறிவால் அவனது ஆட்சிபிரதேசம் மீட்கப்படுகிறது.

மனிதன் பலவீனமானவன், உதவியற்றவன் என அவனிடம் சொல்பவர்கள் சொல்லட்டும். அவன் வலிமையானவன், ஆற்றல்மிக்கவன் என அவனுக்கு நான் சொல்கிறேன். நான் மனிதர்களுக்கு எழுதுகிறேன்; சிறுபிள்ளைத்தனமானவர்களுக்காக அல்ல. கற்றுக்கொள்வதில் ஆர்வம் உடையவர்களுக்காக, சாதிக்க வேண்டும் என்று மனமார்ந்து முயற்சிப்பவர்களுக்காக எழுதுகிறேன். ஓர் அற்ப தன்னுகர்வு கொண்டாட்டத்தை, ஒரு சுயநல ஆசையை, ஒரு கீழ்நிலை எண்ணத்தை(இந்த உலகின் நன்மைக்காக) தவிர்த்து, அதற்காக ஏங்காமல், வருந்தாமல், அது குறித்து எண்ணாது வாழ்பவர்களுக்காக நான் எழுதுகிறேன். அற்பமானவர்களுக்கும் கவனக்குறைவானவர்களுக்கும் ஆனது அல்ல உண்மை . அற்ப குணம் உடையவர்களுக்கும் அலைந்து திரிபவர்களுக்கும் ஆனது அல்ல வெற்றிகரமான வாழ்வு .

மனிதன் என்பவன் தனக்குத் தானே தலைவன் ஆவான். அப்படி அவன் இல்லை என்றால், இயற்கை நியதிக்கு எதிராக செயல்படும் வலிமை அவனிடம் இருக்க முடியாது. ஆகவே, அவனது பலவீனமாக கருதப்படும் ஒன்று, அவனுக்கு பலம் இருப்பதை சுட்டிகாட்டுவதாகவும் இருக்கிறது. அவன் பாவம் செய்ய முடிவதற்கான தனது செயலாற்றலின் திசையை மாற்றிக் கொண்டால், அவன் புனிதத்தன்மைக்கு உரியவனாக இருப்பான். அவனது பலவீனம் மற்றும் பாவம் என்பது தவறாக இயக்கப்பட்ட சக்தி, தவறாக பயன்படுத்தப்பட்ட ஆற்றல் அன்றி வேறு என்ன? இந்தக் கோணத்தில் பார்த்தால், தவறு செய்பவன் வலிமையானவனே, பலவீனமானவன் அல்ல. ஆனால், அவன் அறியாமையில் இருக்கிறான். தனது ஆற்றலைச் சரியான திசையில் செலுத்துவதற்குப் பதிலாக தவறான திசையில் செலுத்துகிறான், இயற்கையின் நியதிக்கு கட்டுப்படுவதற்குப் பதிலாக எதிராக செயல்படுகிறான்.

தவறான திசையில் செலுத்தப்பட்ட ஆற்றல் தொடர்ந்து மேற்செல்ல முடியாமல் சுருண்டு விழுவதை சுட்டிக்காட்டும் குறியீடே வேதனை ஆகும். தீய மனிதன் தன் நடத்தையை ஒழுங்குப்படுத்திக் கொள்வதால் நல்மனிதன் ஆவான். உங்களது பாவங்களுக்காக நீங்கள் வருந்துகிறீர்கள் என்றால், அந்த பாவங்களைச் செய்வதை நிறுத்துங்ள். அவற்றின் எதிர் இணையான அறநெறிகளில் உங்களை நிலைப்படுத்திக் கொள்ளுங்கள். இவ்வாறு, பலவீனம் தான் வலிமையாக மாற்றப்படுகிறது, உதவி அற்ற நிலையிலிருந்தே ஆற்றல் பிறக்கிறது, வேதனையே ஆனந்தமாக மாறுகிறது. தனது ஆற்றல்களைத் தீநெறி என்னும் பழைய வழித்தடத்தின் போக்கிலிருந்து மாற்றி நன்னெறி என்னும் புதிய வழித்தடத்திற்குள் திருப்பும் போது, பாவி புனிதனாக மாறுகிறான்.

பிரபஞ்ச ஆற்றல் எல்லையில்லாதது என்றாலும் குறிப்பிட்ட வடிவுகளில் அது ஓர் எல்லைக்கு உட்பட்டதே. ஒரு மனிதனிடம் குறிப்பிட்ட அளவு ஆற்றல் வழங்கப்பட்டு இருக்கிறது. அதனை அவன் சரியாகப் பயன்படுத்தலாம் அல்லது தவறாகப் பயன்படுத்தலாம். அதனைச் சேகரித்து ஒருமுகப்படுத்தலாம் அல்லது களைத்துச் சிதறடிக்கலாம். ஆற்றல் என்பது

ஒருமுகப்படுத்தப்பட்ட சக்தியே ஆகும். அந்த ஆற்றலைக் கொண்டு நன்மை விளையும் படி செய்வதே மெய்யறிவாகும். ஈர்ப்பாற்றலும் சக்தியும் மிக்கவன் யார் என்றால் தனது அனைத்து ஆற்றல்களையும் ஒரு சிறந்த குறிக்கோளை அடைய வழிநடத்துபவனே. அவன் அதற்காகப் பொறுமையுடன் செயல்பட்டுக் காத்திருக்கிறான், வேறு பல திசைகளில் அவனுக்கு இன்பத்தை வழங்கும் ஆசைகளை எல்லாம் துறக்கிறான். முட்டாள்தனம் மற்றும் பலவீனம் நிறைந்தவன் யார் என்றால் சுகபோகத்தை தலையாயதாக எண்ணிக் கொண்டிருப்பவன், அந்த மணிப்பொழுதின் ஆசைகளை ஈடேற்றிக் கொண்டிருப்பவன், அந்த நொடியின் இச்சைகளையும் உந்துதல்களையும் பின்தொடர்பவன். அதனால், கவனக்குறைவோடும் மனதின் வறுமையிலும் சிக்கி வாடுபவன் ஆவான்.

ஒரு திசையில் பயன்படுத்தப்படும் ஆற்றல், இன்னொரு திசையில் பயன்படுத்தப்படுவதற்கு கிடைக்கப்பெறாது. மனம் மற்றும் புறப்பொருள் என இரண்டிலும் செயல்படும் பிரபஞ்ச விதி இது. எமர்சன் இதை "இழப்பீடு விதி" ("the law of compensation")என்று கூறுகிறார். ஒரு குறிப்பிட்ட திசையில் பெறப்படும் இலாபம், அதன் எதிர்திசையில் நட்டத்தை ஏற்படுத்தும். ஒரு தட்டில் வைக்கப்படும் ஆற்றல் மறுதட்டில் வைக்கப்படும்

ஆற்றலால் சமன் செய்யப்படும். இயற்கை எப்போதும் ஒரு சமநிலையை அடைய விழைகிறது. சோம்பேறித்தனத்தில் செலவு செய்யப்பட்ட ஆற்றலை பணியில் செலவிட முடியாது. இன்பத்தைத் தேடுபவன் உண்மையை தேடுபவனாகவும் இருக்க முடியாது.

கோபமான மனநிலையைக் கொண்டதால் இழக்கப்பட்ட ஆற்றல், அவனது அறநெறி சேமிப்புக் கிடங்கிலிருந்தே எடுக்கப்பட்டது. குறிப்பாக பொறுமை என்ற அறநெறி தன்மையிலிருந்து எடுக்கப்பட்டது. ஆன்மீக அடிப்படையில், இந்த இழப்பீடு விதி என்பது ஈக விதி அல்லது தியாக விதி என்று கூறப்படும். சுயநல கொண்டாட்டங்கள் தியாகம் செய்யப்பட்டால் தான் பரிசுத்தமானதை அடைய முடியும். காழ்ப்புணர்வைத் துறந்தால் தான் அன்பை அடைய முடியும். தீநெறியை மறுக்கும் போது தான் நன்னெறியைத் தழுவ முடியும்.

மனமார்ந்து செயல்படுபவர்கள் விரைவில் எதை உணர்ந்து கொள்வார்கள் என்றால் அவர்கள் வெற்றிகரமான, வலிமையான மற்றும் நீடித்து நிற்க கூடிய ஒன்றை சாதிக்க வேண்டும் என்றால், அது புற உலகம், அறிவு கூர்மை அல்லது ஆன்மீகம் என

எந்த வழித்தடமாக இருந்தாலும், அவர்கள் தங்கள் ஆசைகளைக் கட்டுப்படுத்திக் கொள்ள வேண்டும், இன்பமாக தோன்றுபவைளைத் துறக்க வேண்டும், முக்கியமானவைகளாகத் தோன்றுபவைகளையும் கூட துறக்க வேண்டும் என்று உணர்ந்து கொள்வார்கள்.

பொழுது போக்குகள், உடல் மற்றும் மன நுகர்ச்சி உணர்வுகள், உல்லாசமான துணைகள், இன்பமூட்டும் கொண்டாட்டங்கள் மற்றும் அவனது வாழ்வின் மைய குறிக்கோளுக்கு இட்டுச் செல்லாத அனைத்து பணிகளும் வலிமையான மனதிட்பம் கொண்டவனால் துறக்கப்பட வேண்டும். நேரம் மற்றும் ஆற்றல் ஆகியன ஒரு எல்லைக்கு உட்பட்டவை என்ற நிதர்சனத்தை அவன் காண்கிறான். எனவே, அவன் ஒன்றை வீணாகாமல் முறைபடுத்துகிறான், மற்றதைச் சேகரித்து ஒருமுகப்படுத்துகிறான்.

முட்டாள் மனிதர்கள் தங்கள் ஆற்றல்களை எல்லாம் சுக போக கொண்டாட்டங்களிலும் நாவின் ருசியை ஈடேற்றவும் செலவிடுகிறார்கள். அற்ப சுகங்களிலும் வீண் பேச்சுகளிலும், காழ்ப்புணர்வு எண்ணங்களிலும் எரிச்சல் படும் வெறியுணர்வுகளிலும், வீண் முரண்பாடுகளிலும்,

தேவையற்ற குறுக்கீடுகளிலும் செலவிடுகிறார்கள். பின்பு அவர்கள் "ஒரு பயனுள்ள வெற்றிகரமான வாழ்வை அடையும் அதி(ஷ்)ட்டம் தங்களை விட பலருக்கு இருக்கிறது" என குறைபட்டுக் கொள்கிறார்கள். கடமைக்காகத் தனது சுய அபிமானங்களைத் தியாகம் செய்தவனை, தனது வாழ்வின் குறிக்கோளை ஈடேற்ற தனது அனைத்து ஆற்றல்களை நம்பிக்கையோடு செலவிட்டவனைப் பார்த்துப் பொறாமைப்படுகிறார்கள்.

"எவன் நியாயமானவனோ, உண்மையை பேசுகிறானோ, எவன் கடமையைச் செய்கிறானோ, அவனை உலகம் போற்றுகிறது." மனிதன் தனது கடமையைக் கவனிக்கட்டும், மற்றவர்களது கடமையைக் கண்டிக்கவோ அதில் தலையீடோ செய்யாமல், தனது அனைத்து ஆற்றல்களை எல்லாம் தனது வாழ்வின் பணியை செம்மையாய் சாதிப்பதில் ஒருமுகப்படுத்தட்டும். அப்படி செய்பவன் தனது வாழ்வு எளிமையானது, வலிமையானது, மகிழ்ச்சியானது என்று காண்பான்.

பிரபஞ்சம் நன்மையையும் வலிமையையும் துணையாகக் கொண்டிருக்கிறது. அது நன்மையானவைகளையும் வலிமையானவைகளையும் பாதுகாக்கும். தீமையும்

பலவீனமும் சுய அழிவுத்தன்மை கொண்டவை. சிதறடிப்பது அழிவை உண்டாக்கும். எல்லா இயற்கையும் வலிமையை விரும்புகிறது. "தகுதியுள்ளது தப்பி பிழைக்கும்" என்பதில் எந்த கொடூரத்தனமும் அமைந்திருக்கவில்லை. அது ஓர் இயற்கை மற்றும் ஆன்மீக விதி. விலங்கின் வலிமையான இயல்புகளே இன்னொரு உயர்வகையாக பரிணமிக்க தகுதியானவை. மனிதனிடம் உள்ள சிறந்த அறநெறி தன்மைகளே அவனது மீட்புக்கு உரியவை. கீழ்நிலை உந்துதல்களை அறுத்து எறிய அறநெறி தன்மைகளே ஆதிக்கம் செலுத்த வேண்டும்.

கீழ்நிலை உந்துதல்கள் ஆதிக்கம் செலுத்த வழிவிடுபவன் அழிவைச் சந்திப்பான், அவன் தப்பி பிழைக்க மாட்டான், அது புற உலக வாழ்வின் போராட்டம் அல்லது உண்மைக்கான அக உலக வாழ்வின் போராட்டம் என எதுவாக இருந்தாலும். கீழ்நிலை உந்துதல்களை ஊக்குவிக்க வழங்கப்படும் ஆற்றல் காரணமாக அறநெறி தன்மைகளுக்குச் சேர வேண்டிய ஆற்றல் கிடைக்காமல் போகின்றன. இறுதியில் அவை கீழ்நிலை உந்துதல்களிடம் தோற்கின்றன. அனைத்தும் இழக்கப்படுகின்றன. காரணம், தீங்கு வெற்றுத்தன்மையே ஆகும். ஆனால் உயர்நிலை அறநெறி தன்மைகளுக்கு கொடுக்கப்படும் ஆற்றல்

பாதுகாக்கப்படுகிறது, அது எதனிடமும் இழக்கப்படுவது இல்லை. மனிதகுலம் போற்றும் பலவற்றையும் அது துறந்திருக்கிறது என்றாலும் அது உண்மையில் மதிப்பு மிக்க எந்த ஒன்றையும் துறக்கவில்லை.

பொய்மையும் தகுதியில்லாதவையும் அழியத் தான் வேண்டும். நன்மைக்காகவும் உண்மைக்காகவும் தன்னை அர்ப்பணித்துக் கொண்டுள்ளவன், அவை அழிய வேண்டும் என்பதில் திருப்தி அடைகிறான். எனவே, அவன் தியாகம் முடிவுறும் இடத்தில் இறுதிவரை நிற்கிறான். அங்கே அனைத்தும் அனுகூலமே. அத்தகையவன், புற உலக போராட்டத்திலும் தப்பி பிழைக்கிறான், உண்மைக்கான அக உலக போராட்டத்திலும் வெல்கிறான்.

எனவே, முதலாவதாக, வலிமையாக இருங்கள். வெற்றிகரமான வாழ்வு என்னும் ஆலயத்தை கட்டுவதற்கு ஏற்ற உறுதியான அடித்தளம் வலிமையே.

ஒரு மைய குறிக்கோளும் உறுதியான மனதிட்பமும் இல்லாது இருந்தால் உங்கள் வாழ்வு பலவீனமாக,

அலைபாய்ந்தபடி, நிலையில்லாமல் இருக்கும். அந்த நொடியின் செயல்பாட்டை இதயத்தின் ஆழத்தில் குடியிருக்கும் குறிக்கோள் வழிநடத்தட்டும். நீங்கள் வெவ்வேறு நேரங்களில் வெவ்வேறு விதமாக செயல்படுவீர்கள், ஆனால், செயல்பாடு தவறானதாக இருக்காது, இதயம் சரியானதாக இருக்கிறது என்றால். சில நேரங்களில் நீங்கள் கீழே விழுவீர்கள், தடம் மாறி செல்வீர்கள், குறிப்பாக, மனம் நெருக்கடிக்கு உள்ளாகும் நேரங்களில். ஆனால் அறநெறி கோட்பாடுகள் என்னும் திசைகாட்டியால் நீங்கள் வழிநடத்தப்படும் வரை, நீங்கள் விரைவாக மீண்டு எழுவீர்கள். வலிமையிலும் மெய்யறிவிலும் நீங்கள் வளர்வீர்கள். உங்கள் தன்னுகர்வு எண்ணங்களை ஈடேற்றிக் கொள்வதற்காக அந்த திசைகாட்டியை தூக்கி எறிந்து விட்டு பின் அலைபாய்ந்து திரியாதீர்கள்.

உங்கள் மனச்சான்றைப் பின்பற்றுங்கள். உங்கள் திடமான நம்பிக்கைக்கு உண்மையாக இருங்கள். உங்களுக்கு சரி என்று படுவதை காலம் தாழ்த்தாமல், மன சஞ்சலமின்றி, அச்சமின்றி உடனே செய்யுங்கள். சில குறிப்பிட்ட சூழ்நிலைகளின் கீழ், உங்கள் கடமையை நிறைவேற்ற கடுமையான வழிமுறைகள் தேவை என்று நீங்கள் திடமாக நம்பினால், அவ்வழிமுறைகளை எந்த குழப்பமுமின்றி

மேற்கொள்ளுங்கள். பலவீனத்தால் தவறிழைப்பதை விட பலத்தால் தவறிழையுங்கள். நீங்கள் மேற்கொண்ட வழிமுறை ஆக சிறந்தது என்று கூற முடியாமல் இருக்கலாம். ஆனால், உங்களுக்கு தெரிந்த அளவில், அது தான் சிறந்தது என்றால் அதை மேற்கொள்ள வேண்டியதே உங்கள் கடமை. அப்படி செய்வதால், மேலான அந்த சிறந்த வழியை நீங்கள் கண்டுணர்வீர்கள், நீங்கள் முன்னேற்றத்தில் ஆர்வமுடையவராகவும் கற்றுக் கொள்வதில் விருப்பம் கொண்டவராகவும் இருக்கிறீர்கள் என்றால். செயல்படுத்துவதற்கு முன் யோசியுங்கள், ஆனால், செயல்படும்போது தயங்காமல் செயல்படுங்கள்.

கோபம் மற்றும் பிடிவாதம், புலனின்ப இச்சை மற்றும் பேராசையை விட்டுத்தள்ளுங்கள். கோபமான மனிதன் பலவீனமான மனிதனாவான். கற்றுக் கொள்வதில் விருப்பமில்லாத அல்லது தன் வழிமுறைகளைத் திருத்திக் கொள்ளாத பிடிவாதமான மனிதன், முட்டாளாவான். அவன் முட்டாள் தனத்தில் முதிர்கிறான். நரை முடி அவனுக்கு மரியாதையை கொண்டு வந்து சேர்ப்பதில்லை. புலினின்ப இச்சை உள்ளவன் கொண்டாட்டங்களுக்கு மட்டுமே ஆற்றலை கொண்டிருக்கிறான். சுய-மதிப்பான செயல்பாடுகளோக்கோ அல்லது மாண்புடைய

செயல்பாடுகளுக்கோ அவன் எந்த ஆற்றலையும் கொண்டிருக்கவில்லை. ஓர் உண்மையான வாழ்வு மற்றும் மனித இயல்பின் மாண்பு குறித்துப் பேராசைக்காரன் குருடாக இருக்கிறான். சுவர்கத்தின் மகிழ்ச்சியை அனுபவிப்பதற்குப் பதிலாக அவன் தன் ஆற்றலை எல்லாம் நரக வேதனையை அனுபவிப்பதில் செலவிடுகிறான்.

உங்களது வலிமை உங்களிடமே இருக்கிறது. அதை கொண்டு நீங்கள் உங்களைக் கீழே புதைத்துக் கொள்ளவும் செலவிடலாம் அல்லது மேலேறவும் செலவிடலாம். அதை நீங்கள் சுயநலத்தில் சிதறடிக்கலாம் அல்லது நன்மையில் சேகரிக்கலாம். அதே ஆற்றல் தான், நீங்கள் விலங்கினும் கீழாக செல்ல வழிவகுக்கும் அல்லது கடவுள் தன்மை பெறவும் துணைப்புரியும். நீங்கள் அதனை வழிநடத்தும் திசையைப் பொறுத்து அதன் விளைவு அமையும். "என் மனம் பலவீனமானது" என்ற எண்ணத்தை எண்ணாதீர்கள். ஆனால், பலவீனத்தைப் பலமாக மாற்றுங்கள். உங்கள் மன ஆற்றல்களை வழிநடத்தி சக்தியை ஆற்றலாக மாற்றுங்கள். உங்கள் எண்ணங்களைச் சிறந்த வழித்தடங்களில் திருப்புங்கள். வீண் ஏக்கங்களையும் ஏற்கெனவே முடிந்த முட்டாள்தனங்களையும் தூக்கிப் போடுங்கள். சுய பரிவிரக்கத்தையும் குற்றம் கூறுதலையும்

கைவிடுங்கள். தீமையுடன் எந்த கூட்டணியும் வைத்துக் கொள்ளாதீர்கள். நிமர்ந்து நேர் கொண்டு பாருங்கள். உங்கள் தெய்வீக ஆற்றலில் எழுங்கள். உங்கள் மனம் மற்றும் வாழ்விலிருந்து அனைத்து அற்பத்தனங்களையும் பலவீனங்களையும் விலக்குங்கள். விம்மி அழும் அடிமையின் பொய்யான வாழ்வை வாழாதீர்கள், ஆனால், வெற்றிப் பெறும் தலைவனின் உண்மையான வாழ்வை வாழுங்கள்.

4. சுயகட்டுப்பாடும் மகிழ்ச்சியும்

மன ஆற்றல் குறைந்தபட்சமான தடுப்புக்களோடு, பயணிப்பதற்கு எந்த ஒரு பெரு முயற்சியும் தேவைப்படாத இலகுவான வழித்தடங்களில் பாய்வதற்கு அனுமதிக்கப்படும் போது, அது பலவீனம் என்று அழைக்கப்படுகிறது. அது ஒன்று குவிக்கப்பட்டு, ஒருமுகப்படுத்தப்பட்டு பல்வேறு திசைகளில் உள்ள உயர்வான ஒன்றை நோக்கி செலுத்தப்படும் போது, அது குறிப்பிடத்தக்க ஆற்றலாக உருமாறுகிறது. இவ்வாறு மனஆற்றல் ஒன்றுகுவிக்கப்படுவது, அது ஒருமுகப்படுத்தப்பட்டு செலுத்தப்படும் செயல்பாடு என்பது சுய-கட்டுப்பாட்டின் மூலமாக அரங்கேறுகிறது.

சுயக்கட்டுப்பாடு என்று பேசும் போது, ஒருவன் எளிதில் அதைக் குறித்த தவறான புரிதலுக்கு உள்ளாகிறான். அழித்து ஒழிப்பதற்கான அடக்கி வைத்தல் என்று அதைக் கருதக் கூடாது, ஆனால், ஆக்கத்திற்கான வெளிப்பாடு என்று அதைக் கருத வேண்டும். அது இறப்புக்கு உண்டான செயல்பாடு

அல்ல, ஆனால், வாழ்வுக்கு உண்டான செயல்பாடு. அது ஒரு தெய்வீகமான தலைசிறந்த உருமாற்றம். அதில் பலவீனம் பலமாக மாறுகிறது. கரடுமுரடானது சன்னமாக மாறுகிறது. தாழ்வானது உயர்வானதாக மாறுகிறது. தீநெறி ஆக்கிரமித்த இடத்தில் அறநெறி அமர்கிறது. இருள் மிகுந்த வெறியுணர்வு, மெய்யறிவின் ஒளியில் தொலைகிறது.

மற்றவர்கள் பார்வையில் தனது குணயியல்பு குறித்து ஒரு நல் அபிப்பிராயத்தை பெற வேண்டும் என்ற நோக்கத்தைத் தவிர வேறு எந்த உயர்ந்த நோக்கமும் இல்லாமல், தனது உண்மை இயல்பு வெளியே தெரியாத வண்ணம் மூடி மறைப்பவன் வேடம் தரிப்பவன் ஆவான். அவன் சுயகட்டுப்பாட்டைக் கடைபிடிக்கவில்லை. இயந்திரவியல் தொழில்நுட்ப வல்லுனன் கரிதுண்டுகளை எரிவாயுவாக, நீரை நீராவியாக உருமாற்றுகிறான். பின்பு அதை ஒருமுகப்படுத்தி அந்த நுட்பமான ஆற்றலை பொது நலத்துக்காகவும் வசதிக்காகவும் பயன்படுத்துகிறான். அது போல, அறிவுக் கூர்மையுடன் சுயக்கட்டுப்பாட்டை கடைபிடிப்பவன், தனது கீழ்நிலை உந்துதல்களை உயர்அறிவு மற்றும் அறநெறியின் சிறந்த தன்மைகளாக மாற்றி தனது மகிழ்ச்சி மற்றும் உலகின் மகிழ்ச்சியையும் அதிகப்படுத்துகிறான்.

ஒருவன் தன்னைக் கட்டுப்படுத்தி ஆளும் அளவுக்கு ஏற்ப மகிழ்ச்சியானவனாக, மெய்யறிவனவானாக, சிறந்தவனாக இருக்கிறான். தனது எண்ணங்கள் மற்றும் செயல்பாடுகளில் தனது கீழ்நிலை உணர்வுகளை ஆதிக்கம் செலுத்த அனுமதிக்கும் அளவுக்கு ஏற்ப கீழ்தரமானவனாக, முட்டாளாக, மோசமானவனாக இருக்கிறான்.

எவன் தன்னைக் கட்டுப்படுத்தி ஆள்கிறானோ, அவன் தன் வாழ்வை, தன் சூழலை, தன் விதியைக் கட்டுப்படுத்துகிறான். அவன் எங்கே சென்றாலும், தன் நிலையான உடைமையாக மகிழ்ச்சியை கூடவே அழைத்துச் செல்கிறான். எவன் தன்னைக் கட்டுப்படுத்திக் கொள்ளவில்லையோ, அவன் தன் வெறியுணர்வுகளால், தனது சூழ்நிலைகளால், தனது விதியால் கட்டுப்படுத்தப்படுகிறான். அந்த நொடிபொழுதின் ஆசையை அவனால் ஈடேற்ற முடியவில்லை என்றால் அவன் ஏமாற்றத்துக்கும் துக்கத்துக்கும் உள்ளாகிறான். தனது அற்ப மகிழ்ச்சிக்குப் புறப்பொருள்களைச் சார்ந்து இருக்கிறான்.

பிரபஞ்சத்தில் உள்ள எந்த ஆற்றலும் அழிக்கப்படவோ அல்லது தொலைக்கப்படவோ முடியாது. ஆற்றல் உருமாற்றமடைகிறது, ஆனால், அழிவது இல்லை. பழைய மற்றும் கெட்ட பழக்கங்களுக்குக் கதவை மூடுவது என்பது புதிய மற்றும் சிறந்த பழக்கங்களுக்குக் கதவை திறப்பதாகும். புத்துருவாக்கத்திற்கு முன்பாக பற்றிக் கொண்டு இருப்பவைகளைத் துறப்பது நிகழ வேண்டும். துறக்கப்படும் ஒவ்வொரு தன்முனைப்பும், துறக்கப்படும் ஒவ்வொரு நிந்திக்கப்பட்டுள்ள அல்லது தடைவிதிக்கப்பட்டுள்ள கொண்டாட்டமும், துறக்கப்படும் ஒவ்வொரு காழ்ப்புணர்வு எண்ணமும் இன்னும் தூய்மையான நிரந்தர அழகான ஒன்றாக மாற்றப்படுகிறது. கீழ்தரமான ஆரவாரங்கள் ஒதுக்கப்படும் போது அங்கே புத்துணர்வூட்டும் மகிழ்ச்சி பொங்கும். பூ மலர வேண்டும் என்பதற்காகவே விதை அழிகிறது. பட்டாம்பூச்சியாக வெளிவர வேண்டும் என்பதற்காகவே கூட்டுப்புழு தன்னை மாய்த்துக் கொள்கிறது.

உயர்நிலைமாற்றம் என்பது உடனடி நிகழ்வு அல்ல என்பதை ஏற்றுக் கொள்ளத்தான் வேண்டும். மாற்றத்துக்கான அந்தச் செயல்பாடு இனிதான ஒன்றாக, வலியற்ற ஒன்றாகவும் இருக்காது. முயற்சி மற்றும் பொறுமையை வளர்ச்சிக்கான

விலை என்று இயற்கை வகுத்துள்ளது. முன்னேற்ற பாதையில் போராட்டத்தையும் வலியையும் சந்தித்தே ஒவ்வொரு வெற்றியையும் அடைய முடியும். ஆனால், அவ்வாறு அடையப்படும் வெற்றி நிலைத்து இருக்கும். போராட்டம் கடந்து போகும். வலி தற்காலிகமானதே. உறுதியாக நிலை கொண்டுவிட்ட ஒரு பழக்கத்தை விட்டொழிக்க வேண்டும் என்றால, நீண்ட பழக்கத்தால் தன்னியல்பாகி போய்விட்ட ஒரு மனப்பான்மையை உடைத்து எறிய வேண்டும் என்றால், அதற்குப் பதிலாக ஒரு சிறந்த இயல்பை அல்லது பெரும் குணத்தை உருவாக்கி வளர்த்து எடுக்க வேண்டும் என்றால் வலி நிறைந்த உள்உருமாற்ற நிலைகளைக் கடக்க வேண்டும், இருள் நிறைந்த பாதையில் ஓர் இடைப்பட்ட காலத்திற்குப் பயணிக்க வேண்டும். இதற்கு பொறுமையும் மனோதிடமும் மிகவும் தேவைப்படும்.

இதில் தான் மனிதர்கள் தோல்வியுறுகிறார்கள். சுய கட்டுப்பாடு என்பது மிக கடினமானதாகவும் அறுதியிட்டு கூற முடியாததாகவும் இருக்கும் காரணத்தால் மக்கள் அதைக் கைவிடுகிறார்கள். பழைய, எளிதான கீழ்நிலை பழக்கவழக்கங்களில் மீண்டும் உழல்கிறார்கள். நிரந்தர மகிழ்ச்சியை கைகொள்ளாமல் இடறி விழுகிறார்கள். தீமையை வெற்றி கொள்ளும் வாழ்வு அவர்கள் கண்களுக்குப் புலப்படாமல் போகிறது.

மனிதர்கள் புலனின்ப இச்சைகளை ஈடேற்றுவதிலும், ஆர்ப்பரிப்பிலும், சுகபோகமற்ற கொண்டாட்டங்களைத் தவிர்ப்பதிலும் நிரந்தர மகிழ்ச்சியைத் தேடுகிறார்கள். அந்த நிரந்தர மகிழ்ச்சியானது, இந்த வரிசைமுறையை மாற்றிப் போடுவதில் தான் அடங்கி இருக்கிறது. சுயக்கட்டுப்பாடான வாழ்வில் தான் அது அடங்கி இருக்கிறது. தன்னைத் தன் கட்டுப்பாட்டில் ஆளாமல் எந்த அளவுக்கு ஒருவன் விலகிச் செல்கிறோனோ, அந்த அளவுக்கு அவன் நிறைவான மகிழ்ச்சியை நெருங்க முடியாமல் இருக்கிறான். துக்கத்திலும் பலவீனத்திலும் மூழ்குகிறான், அதன் ஆக அடிமட்ட நிலை என்பது வெறிகொண்ட பைத்தியக்காரத்தனமாகும். மனக்கட்டுப்பாட்டை முழுதும் இழக்கும் பொறுப்பற்ற நிலை ஆகும். தன்னைத் தன் கட்டுப்பாட்டில் ஆள்பவனாக எந்த அளவுக்கு ஒருவன் நெருங்கி வருகிறானோ அந்த அளவுக்கு அவன் நிறைவான மகிழ்ச்சியை நெருங்குவான். மகிழ்ச்சி மற்றும் வலிமையில் மேலெழுவான். அத்தகைய தெய்வீக மனிதநிலைக்குப் புகழ்சேர்க்க எண்ணிலடங்கா வாய்ப்புகள் காத்துக் கிடக்கின்றன. அதன் பெருமைக்கும் பேருவகைக்கும் எல்லை வகுக்க முடியாது.

சுயக்கட்டுப்பாடும் மகிழ்ச்சியும் எந்த அளவுக்கு நெருங்கிய உறவு கொண்டிருக்கிறது, எந்த அளவுக்கு ஒன்றிலிருந்து இன்னொன்று பிரிக்க முடியாததாக இருக்கின்றது என்பதைப் புரிந்து கொள்ள ஒருவன் வெகு தூரம் செல்ல வேண்டாம், தன் இதயத்தையும் தன்னைச் சுற்றி உள்ள உலகத்தையும் உற்று நோக்கினால் போதும். தனது கட்டுப்பாடற்ற உந்துதல்கள் மகிழ்ச்சியை அழிக்கும் கூறுகளைக் கொண்டிருப்பதை அங்கே அவன் காண முடியும். அவசரத்தில் கூறிய ஒரு வார்த்தை, கசப்புணர்வுடன் கூடிய பதில் தாக்குதல், ஏமாற்றும் செயல்பாடு, கண்மூடித்தனமான பாரபட்சம், முட்டாள்தனமான வெறுப்புணர்வு ஆகியவற்றால் மனிதர்களின் வாழ்வு துக்ககரமாக மாறுவதை, சின்னாபிண்ணமாகச் சிதைவதை அவன் உணர்வான். தன் சொந்த வாழ்வை அவன் உற்று நோக்கும் போது சுயக்கட்டுப்பாட்டை இழந்ததன் விளைவாக அவன் சந்தித்த மன உறுத்தலான நாட்கள், மனம் ஓய்வின்றி பதட்டத்தில் கழித்த நாட்கள், துக்கம் அவனைப் பிழிந்தெடுத்த நாட்கள் என கடுமையான வேதனையை அனுபவித்த காலம் அவன் நினைவுக்கு வரும்.

ஆனால் நீதிநெறி தவறாத வாழ்வில், சுயக்கட்டுப்பாடுடன் கூடிய வாழ்வில், வெற்றிகரமான வாழ்வில் இவை எல்லாம் கடந்து சென்றிருக்கும். மகிழ்ச்சி ததும்பும் இலக்கை அடைய புதிய சூழல்கள் உருவாகும். தூய்மையான ஆற்றல்கள், ஆன்மீக ஆற்றல்கள் கருவியாகச் செயல்படும். எந்தத் தவறான செயல்பாடுகளும் இல்லாததன் காரணமாக எந்த மன உறுத்தலும் இனி இருக்காது. எந்தச் சுயநலமும் இல்லாததன் காரணமாக எந்தப் பதட்டமும் இனி நிலவாது. செயல்பாடுகளும் நடவடிக்கைகளும் உண்மையின் ஊற்றுக்கண்ணிலிருந்தே வெளிப்படுவதால் எந்த துக்கமும் இனி இருக்காது.

சுயம் ஆனது (தான் அல்லது தன் அகம்பாவித்தல் என்ற உணர்வு ஆனது) பேராவலுடன் பாடுபட்டு முயற்சித்தும் அடையப்பட முடியாத ஒன்று, முழு சுயக்கட்டுபாடுடன் செயல்படுபவனை நாடி தாமாக வரும், அவன் அதனை ஏற்கும் படி அனுமதியை வேண்டும். காழ்ப்புணர்வு, பொறுமையின்மை, பேராசை, தன்முனைப்பு, வீண் ஆரவாரமான இலட்சியங்கள், கண்மூடித்தனமான ஆசைகள்— இவை எல்லாம் அகம்பாவம் தன் தீங்கான இருப்பைச் சுட்டிக்காட்டும், நிலைநாட்டும் கருவிகள். எத்தகைய கேடான கருவிகள்? இவற்றை பயன்படுத்துபவர்கள் எவ்வளவு அறியாமையோடும்

திறனின்றியும் இருக்க வேண்டும்! அன்பு, பொறுமை, கனிவு, சுய ஒழுக்கம், வீண் ஆரவாரத்தை துறந்த உயர் இலட்சியங்கள், பரிசுத்தமான ஆசைகள்—இவை எல்லாம் நன்மையின் இருப்பை நிலைநாட்டும் உண்மையின் கருவிகள். எத்தகைய செம்மையான கருவிகள்? இவற்றைப் பயன்படுத்துபவர்கள் எவ்வளவு மெய்யறிவோடும் திறன்வாய்ந்தும் இருக்க வேண்டும்!

சுயநல ஆசைகளாலும் காய்ச்சலூட்டும் அவசர செயல்பாடுகளாலும் ஏதாவது நன்மை ஓரளவு அடையப்பட்டிருந்தால், சுயநல பற்றுஅறுத்தலாலும் அமைதியான செயல்பாட்டாலும் அது முழு அளவில் அடையப்படும். இயற்கையின் செயல்பாடுகளில் அவசரபடுதல் என்பது கிடையாது. அவள் அனைத்தையும் உரிய பருவத்தில் முழுமையாகக் கொண்டு வருவாள். உண்மைக்குக் கட்டளையிட முடியாது. உண்மைக்கு என்று விதிகள் இருக்கின்றன. அவ்விதிகளுக்கு கட்டுப்பட வேண்டும். கோபம் மற்றும் அவசரபடுதலையும் விட மேலோட்டமானது எதுவும் இல்லை.

நிகழ்வுகளுக்கு ஒருவனால் கட்டளையிட முடியாது, ஆனால், தனக்கு ஒருவன் கட்டளையிட்டுக் கொள்ள முடியும். மற்றவர்களின் விருப்பங்கள் தனது விருப்பத்துடன் ஒத்துப்போக வேண்டும் என்று வற்புறுத்த முடியாது, ஆனால், தன் விருப்பத்தை முறையாக அமைத்துக் கொள்ள முடியும் என்று ஒருவன் கற்று அறிய வேண்டும். எவன் உண்மைக்கு அடிபணிந்து செயல்படுகிறானோ, அவனுக்கு அனைத்து நிகழ்வுகளும் அடிபணிந்து செயல்படும். எவன் தன்னை வென்று ஆள்கிறானோ அவனிடம் மக்கள் வழிக்காட்டுதல் பெறுவார்கள்.

கடுமையான புறச்சூழல்களின் நெருக்கடியின் போது எவன் ஒருவன் தன்னைக் கட்டுப்படுத்தி ஆளும் தகுதியற்று இருக்கிறானோ, அவனால் மற்றவர்களை வழிநடத்த முடியாது. இது மிக எளிய, ஆழமான உண்மை. ஆனாலும், மிக குறைந்த அளவே புரிந்து கொள்ளப்பட்டு இருக்கிறது. கன்பூஷியஸ் கற்றுத்தந்த நீதிநெறி மற்றும் அரசியல் பாடங்களின் அடிப்படை இதுவே. மற்றவர்களை வழிநடத்த முயற்சிக்கும் முன், ஒருவன் தன்னைத் தான் வழிநடத்திக் கொள்ள கற்றுக்கொள்ள வேண்டும். தினசரி வாழ்வின் நெருக்குதலால் மனசஞ்சலத்தை ஏற்படுத்தும் சந்தேகங்கள், வெடித்துச் சிதறும் வெறுப்புணர்வுகள், சீற்றமான கோபங்கள்

போன்றவற்றுக்கு உள்ளாகுபவர்கள் பெரும் பொறுப்புக்களையும் கடமைகளையும் ஏற்கத் தகுதியற்றவர்கள் ஆவார்கள். சாதாரண வாழ்வின் கடமைகளில் கூட, அவர்கள் விரைவிலோ அல்லது சில காலம் கழிந்தோ, தோல்வியுறுவார்கள். சுய கட்டுப்பாடின்மை என்பது முட்டாள்தனமாகும். மெய்யறிவை முட்டாள்தனம் முந்திச் செல்ல முடியாது. தனது கொந்தளிப்பான எண்ணங்களை, அலைபாயும் எண்ணங்களைக் கட்டுப்படுத்தி அடக்கியாள கற்றுக்கொள்பவன் ஒவ்வொரு நாளும் மெய்யறிவில் வளர்கிறான். ஒரு காலத்திற்கு, அவனால் மகிழ்ச்சி ஆலயத்தை கட்ட முடியாமல் போகலாம். ஆனால், அதன் அடித்தளம் மற்றும் சுவர்களை அமைப்பதற்கான வலிமையைப் பெற்றிருப்பான். ஒரு காலம் வரும், அப்போது அவன் தான் கட்டி எழுப்பிய மகிழ்ச்சி ஆலயத்தில் நிம்மதியுடன் உறைவான். சுயக்கட்டுப்பாட்டில் மெய்யறிவு குடியிருக்கிறது. மெய்யறிவில் இனிமையும் நிம்மதியும் நிறைந்திருக்கின்றது.

சுயக்கட்டுப்பாடான வாழ்வு என்பது அனைத்தையும் இழந்து நிற்கும் நிலை அல்ல. திரும்ப திரும்ப ஒரே மாதிரி நிகழும் சலிப்புடன் கூடிய வாழ்வும் அல்ல. இறுகப்பற்றியவைகளைத் துறப்பது நிச்சயம் இருக்கவே செய்கிறது. ஆனால், அந்த இறுகப்பற்றியவைகளைத் துறப்பது என்பது

மேலோட்டமானவைகளையும் களைந்து ஓடக்கூடியவைகளையும் பொய்யானவைகளையும் துறப்பதே ஆகும். அதன் விளைவாக நிலையானவைகளையும் உண்மையானவைகளையும் உணர முடியும். வாழ்வின் கொண்டாட்டங்களுடனான தொடர்பு துண்டிக்கப்படவில்லை, மாறாக இன்னும் உயிரோட்டத்துடன் விளங்குகிறது. வாழ்வு என்பதே கொண்டாட்டம் தான்; ஆனால், அந்த கொண்டாட்டத்திற்காக அடிமையைப் போல ஏங்குவதே அந்த கொண்டாட்டத்தைக் கொல்கிறது. புலனின்ப இச்சைகளுக்காக எப்போதும் ஏங்கி கொண்டிருப்பவனை விட இழிநிலையான ஒருவன் இருக்க முடியுமா? சுயக் கட்டுப்பாட்டுடன், மனம் நிறைவானவனாக, சாந்த குணத்துடன், மெய்யறிவுடன் உள்ளவனை விட பேரருள் வாய்ந்தவன் இருக்க முடியுமா? உடல் ரீதியாக உண்மையான சுகத்தை அனுபவிப்பவர்கள் யார்— நாவின் ருசியை ஈடேற்றிக் கொண்டே இருக்கும் உணவு பிரியனா, மதுவுக்கு அடிமையானவனா, புலனின்ப இச்சைகளின் தூண்டுதல்களுக்கு உட்படுபவனா அல்லது தன் உடம்பை தன் கட்டுப்பாட்டில் கொண்டு அதன் உண்மை தேவைகளை நிறைவு செய்து அந்த உடம்பை முறையே பயன்படுத்துபவனா?

நான் ஒரு முறை மரத்திலிருந்து கீழே விழுந்த சாறு மிகுந்து கனிந்து இருந்த ஆப்பிள் ஒன்றை சுவைத்துக் கொண்டிருந்தேன். அப்போது அருகே இருந்த ஒருவன் என்னிடம், "இது போல என்னால் ஒரு ஆப்பிள் பழத்தைச் சாப்பிட முடியும் என்றால் நான் மிக மகிழ்ச்சி அடைவேன் என்றான்" என்றான். அதற்கு நான், " ஏன் உன்னால் முடியாது, நீயும் அப்படி உண்ணலாமே" என்றேன். அதற்கு அவன், "நான் பல காலமாக மது பழக்கம் மற்றும் புகை பழக்கத்திற்கு ஆளானதால், இவை போன்ற விடயங்களை என்னால் சுவைத்து உணர முடியவில்லை" என்றான். நிழல் போல் ஓடிக் கொண்டிருக்கும் கொண்டாட்டங்களைத் தேடி கொண்டு, வாழ்வின் நிலையான கொண்டாட்டங்களை மனிதர்கள் இழக்கிறார்கள்.

எவன் தன் ஐம்புலன் உணர்வுகளையும் கட்டுப்படுத்தி ஆள்கிறானோ அவன் தான் உடல் அளவில் செம்மையான, மகிழ்ச்சியான, வலிமையான வாழ்வை வாழ்வான். எவன் தன் எண்ணங்களைக் கட்டுப்படுத்தி ஆள்கிறானோ அவன் தான் உள்ளத்தளவில் செம்மையான, பேருவகையான, வலிமையான வாழ்வை வாழ்வான். சுயக்கட்டுப்பாட்டை கடைபிடிப்பவனுக்கு மகிழ்ச்சி மட்டும் அல்ல, அறிவு மற்றும் மெய்யறிவும் கூடவே வெளிப்படுகின்றன.

அறியாமை மற்றும் சுயநலத்தின் பாதைகள் அடைக்கப்படுவதால், அறிவு மற்றும் மெய்ஞானத்தின் திறந்த கதவுகள் தென்படுகின்றன. அறநெறி கடைபிடிக்கப்படும் போது அறிவு எட்டப்படுகின்றது. மன மாசு அகற்றிய மனம் மெய்ஞானம் பெற்ற மனமாகும். தன்னைத் தான் வென்று ஆள்பவன் சிறப்பான வாழ்வை வாழ்கிறான்.

நன்மை என்பது எந்த விறுவிறுப்புமின்றி சலிப்பூட்டும் வகையில் இருப்பதாக மனிதர்கள் சொல்வதை நான் கேட்கிறேன். பொருட்கள் மற்றும் உணர்வுகள் மீது உள்ள ஆசையை உதட்டளவில் கைவிட்டுள்ளதாகக் கூறுவது நன்மை என்றால், நன்மை என்பது எந்த விறுவிறுப்புமின்றி சலிப்பூட்டுவதாகவே இருக்கும். சுயக் கட்டுப்பாடு கொண்டவன் தன் இழிநிலை கொண்டாட்டங்களைக் கைவிடுவது மட்டும் அல்ல, அவற்றிற்கான ஏக்கம் அவனிடம் அறவே கிடையாது. அவன், உள்ளத்தளவில் அவற்றைக் கைவிட்டிருக்கிறான். அவன் எடுத்து வைக்கும் ஒவ்வொரு அடியிலும் அன்றலர்ந்த அழகுகள், புத்தம் புதிய பொலிவுகள், நுட்பமான காட்சிகள் அவன் எதிர்வரும்.

சுயக்கட்டுப்பாட்டின் உள் எவை எல்லாம் மறைந்திருந்து வெளிப்படுகின்றன என்று எண்ணி நான் ஆச்சிரியம் அடைகிறேன். உண்மையின் எல்லையற்ற தன்மையால் நான் மெய்மறந்து போகிறேன். அதன் ஆற்றலைக் காணும் போது மகிழ்ச்சி ததும்புகிறது. அதன் பிரம்மாண்டமும் நிம்மதியும் பேரானனந்தத்தில் ஆழ்த்துகிறது.

சுயக்கட்டுப்பாட்டின் பாதையில் மகிழ்ச்சியான வெற்றி இருக்கிறது. வலிமை பரந்து விரிந்து அதிகரிக்கும் உணர்வு இருக்கிறது. அழிவில்லாத மெய்யறிவின் பெட்டகங்கள் இருக்கின்றன. மனிதகுலத்துக்குத் தொண்டாற்றும் நிலையான பேரருள் இருக்கின்றது. சுயக்கட்டுப்பாட்டின் பாதையில் ஒருவன் ஓரளவு பயணித்தால் கூடப்போதும், அவன் பெறும் வெற்றி மற்றும் அனுபவிக்கும் மகிழ்ச்சி என்பது சோம்பிக்கிடப்பவர்களாலும் கவனம் செலுத்தாதவர்களாலும் அறியப்படாததாகவே இருக்கும். அவன் அந்தப் பாதையை முழுதும் கடந்தால், ஆன்மீக வெற்றியாளனாக இருப்பான். அனைத்துத் தீமைகளையும் வெல்வான். பிரபஞ்ச ஒழுங்கமைப்பின் கம்பீரத்தை காணும் ஆன்மீக பார்வையைப் பெற்று இருப்பான். இறவாத பேருண்மையை அனுபவித்து மகிழ்வான்.

5. எளிமையும் சுதிந்திரயுணர்வும்

எடை மிகுந்த ஒரு பொருளைத் தூக்கிச் சுமப்பது உடலுக்கு எவ்வளவு பாரம் என்பதை அனைவரும் அறிவோம். அந்த எடையை இறக்கி வைக்கும் போது நமக்கு ஏற்படும் நிம்மதி பெருமூச்சையும் நாம் அனைவரும் அனுபவித்து இருக்கிறோம். குழப்பம் மிகுந்த சிக்கலான ஆசைகள், நம்பிக்கைகள் மற்றும் யூகங்கள் என அழுத்தும் பாரமான சுமைகள் நிறைந்த வாழ்விற்கும் இவை ஏதுமற்ற வாழ்வான எளிமையான இயற்கையான தேவைகளை நிறைவு செய்து கொள்ளும் மனநிலை, வாழ்வின் இருப்பு குறித்த தெளிவான சாந்தமான மனநிலை, வீணான வாக்குவாதங்கள், யூகத்திற்கு உட்பட்டவைகளைத் தவிர்க்கும் மனநிலை என்னும் வாழ்விற்கும் இடையே உள்ள வேறுப்பாட்டை அறிந்து கொள்ள இந்த அனுபவம் நமக்குத் துணைப்புரியும்.

தேவையற்ற பொருட்களைத் தங்கள் அடுக்குகள் மற்றும் அலமாரிகளில் அடைசல்களாக அடைத்துவைத்து கொள்பவர்களாக சிலர் இருக்கிறார்கள். சில சமயங்களில் இது எந்த அளவிற்கு நீள்கிறது என்றால், வீட்டை ஒழுங்காக சுத்தப்படுத்தி பராமரிக்க முடியாத அளவிற்கு இட்டுச் செல்கிறது. தூசுகளும் சிறுசிறு பூச்சிகளும் வந்து அடைந்து கொள்கின்றன. அந்த அடைசல்களால் எந்த பயனும் இல்லை, என்றாலும் அவர்களுக்கு அதைத் தூக்கி எறிய மனம் வராது. அவற்றைத் தூக்கி எறிந்தால், அந்த இடம் சீராவதோடு, தூசு மற்றும் அலமாரி பூச்சிகளிலிருந்தும் விடு பெறுவார்கள். ஆனாலும், அப்பொருட்களை விட்டு பிரிய மனமில்லாமல், அதைத் தங்களுக்கு என்றே உள்ள ஏதோ அரிய பொருளாகக் கருதி பாதுகாப்பார்கள். அது என்றாவது ஒரு நாள் பயன்படும் அல்லது விலைமிக்கதாக மாறும் என்று பெட்டகமாக கட்டி வைப்பார்கள். அல்லது பழைய நினைவுகளை நினைவுகூர்வதற்கான ஒரு நியாபகார்த்தமாக வைத்திருப்பதாகக் கூறி வருந்துவதில் மகிழ்ச்சி அடைவார்கள், முரண்பாடு மிக்கதாக.

இனிதாக, முறையாக பராமரிக்கப்படும் வீடுகளில் இத்தகைய அடைசல்களுக்கு இடமிருக்காது. அவை, தூசியைக் கொண்டு வருவதோடு அசவுகரியத்தையும் ஏற்படுத்தும். அவை படிபடியாக சேர்ந்து குவிந்து விட அனுமதிக்கப்படாது. ஒருவேளை சேர்ந்து குவிந்துவிட்டால், வீட்டை சுத்தப்படுத்தி முறையாக பராமரித்து வீட்டில் புழங்குவதற்கு இடம், வசதி, வெளிச்சம் எல்லாம் வேண்டும் என்று தீர்மானிக்கப்படும் போது அவை ஒட்டுமொத்தமாக குப்பையில் தூக்கி எறியப்படும்.

இதைப் போலவே மனிதர்கள் தங்கள் மனதில் வேண்டாதவைகளையும் குப்பைகளையும் சேர்த்து வைத்து கெட்டியாக இறுக பிடித்துக்கொள்கிறார்கள், அதை இழந்து விடுவோமோ என அச்சப்படுகிறார்கள். நிறைவேற்ற முடியாத ஆசைகள்; நீதிக்கு உட்படாத இயற்கைக்கு மாறான கேளிக்கை கொண்டாட்டங்கள்; அதிசயங்கள், கடவுள்கள், தேவதைகள், சாத்தான்கள் என்பன குறித்த யூகங்களுக்கு உட்பட்ட நம்பிக்கைகள் மற்றும் மதம் தொடர்பான கோட்பாடுகள்; எளிமை மற்றும் அழகு தொலைந்து போகும் அளவுக்கு வாழ்வின் அனைத்து நிதர்சன உண்மைகளின் மீதும் யூகங்களாலான ஒரு கோட்பாட்டின் மீது

இன்னொரு கோட்பாடு என தொடர்ந்து அடுக்கி வைக்கப்பட்டு இந்த பட்டியல் நீண்டு கொண்டே போகிறது.

எளிமை என்பது எதில் அடங்கி இருக்கிறது என்றால் இது போன்ற வேதனை தரும் குழப்பமயமான ஆசைகள் மற்றும் மேலோட்டமான கருத்துக்களில் இருந்து விடுபெற்றிருப்பதிலும் மற்றும் இன்றியமையாத நிதர்சனமானவைகளை உறுதியாக பற்றிக் கொள்வதிலும் தான் அடங்கி இருக்கிறது. வாழ்வில் எது நிரந்தரம்? எது இன்றியமையாதது? அறநெறிகள் மட்டுமே நிரந்தரமானது; குணயியல்பு இன்றியமையாதது. வாழ்விலிருந்து அனைத்து மேம்போக்கான விஷயங்களும் நீக்கப்பட்டு சரியான புரிதலுடன் வாழ்வு வாழப்படும் போது, வாழ்வானது மிக எளிமையாக இருக்கும். தவறான புரிதல்களுக்கு வாய்ப்பு அளிக்காமல், எளிதில் புரிந்து கொள்ளக்கூடிய அடிப்படை கோட்பாடுகளாக இருக்கும். ஆனால், அவை புரிந்து கொள்ளத் தான் எளிதே தவிர, அவற்றை நடைமுறைப்படுத்துவது அவ்வளவு எளிதானதல்ல என்னும்படியான சில அடிப்படைகளுக்குள் வாழ்வு அடங்கிவிடும். ஆளுமை செலுத்தும் அனைத்து பெருமனங்களும் வாழ்வை எளிமைப்படுத்தி தந்துள்ளன.

புத்தர் அந்த எளிமையான வாழ்வை எட்டு கோட்பாடுகளாக வகுத்தார். மனிதர்கள் அவற்றை கடைபிடிக்கும் போது மெய்யறிவில் ஒரு செம்மை நிலையை அடைவார்கள் என்று அறுதியிட்டார். அந்த எட்டு அறநெறிகோட்பாடுகளின் அடிப்படையாக இருப்பது ஈவிரக்கம் என்று அதை இன்னும் சுருக்கினார்.

ஐந்து வகையான அறநெறிகளைக் கற்பதன் மூலம் செம்மையான அறிவை அடைய முடியும் என கன்பூஷியஸ் போதித்தார். அந்த ஐந்தையும் சூழலுக்கு ஏற்ப செயல்படுவது அல்லது இரக்கவுணர்வு என்று சுருக்கினார்.

அன்பு என்னும் அறநெறியை கடைபிடிப்பதே முழு வாழ்வின் சாரம் என்று இயேசு வாழ்வை சுருக்கினார். ஈவிரக்கம், இரக்கவுணர்வு, அன்பு என இவை மூன்றுமே ஒன்று தான். அவை மூன்றும் மிக எளிமையானவையே! ஆனாலும், அவ்வறநெறிகளின் ஆழ, உயரங்களை முழுமையாகப் புரிந்த மனிதர்களைக் காண்பது எவ்வளவு அரிதாக உள்ளது. எவன் அவற்றை முழுமையாகப் புரிந்து கொண்டுள்ளானோ, அவன்,

அவற்றை முழுமையாகச் செயல்படுத்துவான். அவன் தெய்வீகத் தன்மை நிரம்பியவனாக இருப்பான். அறிவு, அறநெறி மற்றும் மெய்ஞானத்தில் குறைவின்றி இருப்பான்.

அறநெறிகளின் எளிய கோட்பாடுகளுக்கு ஏற்ப ஒருவன் தன் வாழ்வை ஒழுங்கமைத்துக் கொள்ளும் போது தான், தன் மனதில் எந்த அளவிற்கு வேண்டாதவைகளை, மனதின் குப்பைகளைத் தேக்கி வைத்துள்ளான் என்று அவன் கண்டறிவான். அவற்றுக்கு இனியும் மனதில் இடம் அளிக்காது அப்புறப்படுத்த வேண்டும் என்னும் அறிவு நிலையை எட்டுவான். இந்த ஒழுக்கமுறையைக் கடைபிடிக்கும் போது, அவனது நம்பிக்கை, நெஞ்சுரம், பொறுமை, கனிவு, பணிவு, பகுத்தறிவு, மன உறுதி ஆகியன சோதிக்கப்படும். அவன் பெரும் வேதனைக்கு உள்ளாகித் தவிப்பான். இது எதுவரை தொடரும் என்றால், அவன் மனம் தூய்மை மற்றும் எளிமை நிலையை எட்டும் வரை. மனம், வீடு, பணி இடம் என எதுவாயினும் சரி, அவற்றிலிருந்து வேண்டாதவைகளை அப்புறப்படுத்துவது ஒரு லேசான, சுலபமான காரியம் அல்ல. ஆனால், அவற்றை சிரமேற்று நிறைவேற்றும் போது, ஓர் நிம்மதியான இளைபாறுதல் நிலை ஏற்படும்.

மனதில் உள்ள விடயமோ அல்லது புற உலகின் சடப்பொருட்கள் சார்ந்த விடயமோ, அந்த விடயத்தின் நுண்ணிய விவரங்களை சில அடிப்படை விதிகள் அல்லது சில அடிப்படை கோட்பாடுகளுக்குள் அடக்கிவிடலாம். அவற்றின் காரணமாகத் தான் அவ்விடயங்கள் நிலைகொண்டுள்ளன, முறைபடுத்தப்படுகின்றன. மெய்யறிவு மிக்கவர்கள் சில விதிகளின் அடிப்படையில் தங்கள் வாழ்வை வழிநடத்துகிறார்கள். அன்பு என்னும் அறநெறியை மையமாக கொண்டு இயங்கும் வாழ்வின் அனைத்து அம்சங்களும் தெய்வீக சீரமைப்புடன் விளங்கும். ஒவ்வொரு எண்ணமும், சொல்லும், செயலும் அவற்றிற்கே உரிய இடங்களில் இடம் பெறும். அங்கே எந்த குழப்பமோ முரண்பாடுகளோ நேராது.

மெய்யறிவு மற்றும் ஞானம் மிக்கவராக கருதப்படும் புத்த துறவி ஒருவரிடம், சாத்திரங்கள் மிகக் கற்ற ஒருவன், "புத்த சமயத்தின் அடிப்படையான சாரம்சம் எது?" என்றான். அதற்கு அந்த துறவி, "தீமையை விலக்குவதும் நன்மையைக் கடைபிடிப்பதுமே புத்த சமயத்தின் சாரம்சம்" என்றார். அதற்கு அந்த கற்றவன், "ஒரு மூன்று

வயது குழந்தைக்குக் கூட தெரிந்த ஒன்றை உங்களிடம் நான் கேட்கவில்லை. புத்த மதத்தில் உள்ள மிக ஆழமான, நுட்பமான, முக்கியமான அம்சம் எது என்று நான் கேட்டேன்" என்றான். "புத்த மதத்தில் உள்ள மிக ஆழமான, நுட்பமான, முக்கியமான அம்சம் என்பது தீமையை விலக்குவதும் நன்மையைக் கடைபிடிப்பதுமே" என்றார். "ஒரு மூன்று வயது குழந்தைக்கு கூட தெரியும் என்பது உண்மை தான். ஆனால், நரை விழுந்த முதியவர்கள் கூட கடைபிடிக்கத் தவறுகிறார்கள்" என்றார்.

இதன் விரிவுரையாளர் மேலும் கூறுவதாவது, "அந்த கற்ற மனிதன் நிதர்சனங்களை அறிந்து கொள்ள விரும்பவில்லை. உண்மையை அறிந்து கொள்ள விரும்பவில்லை. அவன் அறிய விரும்பியது ஏதோ நுட்பமான, தாந்திரிகமான, யூகத்துக்கு உட்பட்ட விஷயங்களை. அந்த யூகம் இன்னொரு யூகத்துக்கு வழிவகுக்கும், அது தொடர் கதையாகும். அவனது புத்தி கூர்மையை வெளிப்படுத்திக் கொள்ள அது அவனுக்கு ஒரு வாய்ப்பாக அமையும். அவனது கர்வத்திற்கு அவனால் தீனி போட முடியும்.

ஒரு சித்தாந்த பள்ளியின் உறுப்பினர் ஒருவர் ஒருமுறை என்னிடம், "எங்கள் தாந்திரீக பயிற்சிகள் மிக செம்மையானவை. உலகிலுள்ள பயிற்சிகளிலேயே புரிந்து கொள்ள மிக சிக்கலானவை" என்றார். அதில் ஈடுபடுவது எந்த அளவு குழப்பங்கள் ஏற்படுகின்றன என்று நான் ஆராய்ந்து விளங்கி கொண்டேன். வாழ்வின் நிதர்சனங்களை, எளிமையை, சுதந்திர உணர்வை கயிறாகப் பற்றி என்னை விடுவித்துக் கொண்டேன்.

அதன் பின்பு, எனது நேரத்தை, எனது ஆற்றல்களைச் சிறந்த முறையில் பயன்படுத்திக் கொள்ள உதவும் எளிமையான, சுதந்திர உணர்வைத் தரும் வழிமுறைகளை மட்டுமே கடைபிடித்தேன். எளிமையும் சுதந்திரவுணர்வும் உறுதியானவை, நிச்சயமானவை. அவற்றை விலையாக கொடுத்து குழப்பமான தாந்திரீக பயிற்சிமுறைகளில் ஈடுபட்டு சிக்கி கொள்ள கூடாது.

சொந்த யூகங்களை உண்மை என்று தவறாகக் கருதும் நிலை ஏற்படுவதற்குக் காரணம் தற்பெருமையும் ஆணவமுமே ஆகும். அவற்றை நாம் ஒதுக்கிவைப்பதே சரி. ஆனால், அதற்காக அதே வேளை அறியாமைக்கும் முட்டாள்தனத்திற்கும் நாம் இடம் தந்து விட கூடாது.

ஒன்றைக் கற்றுக்கொள்வது என்பது ஒரு நல்ல விஷயம். ஆனால், அதையே இறுதி இலக்காகக் கொள்வது, அதைப் பெற்றிருப்பதால் தற்பெருமை அடைவது, அதை ஒரு உயிர்துடிப்பற்ற விஷயமாக்கிவிடுகிறது. மனித இன முன்னேற்றத்திற்கும் மனித இன நன்மைக்கும் அதை பயன்படுத்தும் போது, அது ஓர் உயிர்துடிப்புள்ள ஆற்றலாகிவிடுகிறது. தாழ்மையும் பணிவும் கொண்ட மனம் அதன் துணையாக இருக்கும் போது, அது நன்மைக்கான ஓர் ஆற்றல் வாய்ந்த கருவியாகிவிடுகிறது.

கேள்விகள் கேட்ட அந்த இறுமாப்பு மிக்க பண்டிதரை விட புத்த துறவி கல்வியில் குறைந்தவர் அல்ல. ஆனால், அவர் எளிமையும் மெய்யறிவும் கொண்டிருந்தார். யூகத்திற்கு உட்பட்ட வாக்குவாதங்கள் கூட நம்மை தவறாக வழிநடத்த முடியாது, அவற்றை நிதர்சன உண்மைகள் என்று குழப்பிக் கொள்ளாமல், வெறும் யூகங்கள் என்று மட்டுமே கருதும் புரிந்துணர்வு இருக்கும் பட்சத்தில். மெய்யறிவானவர்கள் யூகத்திற்கு உட்பட்ட வாக்குவாதங்கள் அனைத்தையும் புறம் தள்ளி, அறநெறிகளைக் கடைபிடிப்பதன் எளிமையைப் பற்றிக் கொள்கிறார்கள். இதனால் அவர்கள் எளிமையின் மையத்தை தொட்டு மெய்ஞானம் மற்றும் மீட்புக்கு உரிய தெய்வீக நிலையை அடைகிறார்கள்.

எளிமை தரும் சுதந்திரவுணர்வையும் மகிழ்ச்சியையும் ஒருவன் அடைய வேண்டும் என்றால், அவன் தன் சிந்தனை ஆற்றலை குறைத்துக் கொள்ள கூடாது. மாறாக, கூட்டிக்கொள்ள வேண்டும். எந்த பயனுமின்றி ஏதோ தத்துவங்களைக் குறித்து வரையறை செய்வதற்குப் பதிலாக ஓர் உயரிய பயனுள்ள குறிக்கோள் ஒன்றை இலக்காகக் கொண்டிருக்க வேண்டியது அவசியமாகும். வாழ்வின் நிதர்சனங்களையும் கடமைகளையும் கவனத்தில் கொண்டு செயல்பட வேண்டும்.

ஓர் எளிமையான வாழ்வின் அனைத்து கூறுகளும் எளிமையாக இருக்கின்றன, காரணம், அதை வழிநடத்துகிற இதயமானது தூய்மையாகவும் வலிமையாகவும் இருக்கின்றது. அது உண்மையின் மையத்தில் நிலைகொண்டு இருக்கின்றது. உணவு விஷயத்தில் தீங்கான ஆடம்பரங்கள், உடை விஷயத்தில் தீங்கான ஆரவாரங்கள், பேச்சில் மிகைபடுத்தி பேசுதல், செயல்பாடுகளில் உண்மை தன்மை இல்லாதிருத்தல், எண்ணங்களில் வெற்று யூகங்களை கொண்டிருத்தல்(புத்தி கூர்மையை புலப்படுத்தும் நோக்கத்தில்)--இவை எல்லாம் ஒரு புறம் ஒதுக்கப்பட வேண்டும். அப்போது தான்

அறநெறிகள் குறித்த புரிதல் மேம்படும், உளப்பூர்வமாகத் தழுவப்படும். தான் என்ற ஆணவம் நீக்கப்பட்டு வாழ்வின் கடமைகள் மேற்கொள்ளப்படும். புதிய ஒளி வெளிச்சத்தில் அவைக் காட்சி அளிக்கும். அது உண்மையின் ஒளி வெளிச்சம். அறிவின் கண்களுக்கு இது வரை புலப்படாமல் மறைவாகவே இருந்த வாழ்வின் அடிப்படை நிதர்சனங்கள் இனி தாமாக வெளிப்படும். என்றும் நிலையான உண்மை குறித்த புரிதல் உடைமையாக மாறும். அவைக் குறித்து யூகங்களாலும் அனுமானங்களாலும் ஆன தத்துவங்களை விளக்குபவர்களால் அதைப் புரிந்து கொள்ள முடியாது.

எளிமையான உள்ளம் கொண்டவர்கள், உண்மையான உள்ளம் கொண்டவர்கள், அறநெறியாளர்கள், மெய்யறிவாளர்கள் எதிர்காலத்தைப் பற்றியோ அறிய முடியாததைப் பற்றியோ அச்சமோ சந்தேகமோ கொள்வது இல்லை. அந்த நேரத்திற்கு உரிய கடமை குறித்துக் கவனம் செலுத்துகிறார்கள். தெரிந்ததைப் பற்றி, தெரிந்து கொள்ள கூடியது பற்றி மட்டும் கவனம் செலுத்துகிறார்கள். நிதர்சனங்களைப் புறம் தள்ளிவிட்டு அனுமானங்கள் குறித்து அவர்கள் அலட்டிக் கொள்வது இல்லை. அறநெறிகளைக் கடைபிடிப்பதில் ஒரு நிலையான பாதுகாப்பை

அவர்கள் காண்கிறார்கள். வாழ்வின் வரிசைமுறையான நிதர்சனங்களை உண்மையின் பேரொளி அவர்களுக்கு வெளிச்சமிட்டுக் காட்டுகிறது. தெரிந்து கொள்ள முடியாததைப் பற்றி ஒரு தெய்வீக வாக்குறுதி அவர்களுக்கு ஒளிவட்டமாகத் தெரிகிறது. எனவே, அவர்கள் இளைபாறுதலோடு இருக்கிறார்கள்.

எளிமை-, எந்த வித குழப்பங்களோ சிக்கல்களோ இன்றி பணி செய்கிறது. அதனால், ஆற்றல் வாய்ந்ததாகவும் சிறப்பாகவும் மாறுகிறது. சந்தேகங்கள், ஏமாற்றங்கள், மனமாசுகள், மனகுமுறல்கள், புலம்பல்கள், ஐயங்கள், அச்சங்கள்—இவை எல்லாம் தூக்கி எறியப்படுகின்றன, புறக்கணிக்கப்படுகின்றன. இவைகளிலிருந்து விடுப்பட்ட மனிதன் வலிமையானவனாக, தூய்மையனவனாக, தன்னம்பிக்கையானவனாக, சாந்தமானவனாக, எந்த வித மன உறுத்தல்களோ சஞ்சலங்களோ இன்றி தெய்வீகமான தளங்களில் வாசம் செய்கிறான்.

6. சரியான சிந்தனையும் இளைப்பாறுதலான மனமும்

வாழ்வு என்பது பழக்கங்களின் ஒருங்கிணைவால் ஆன செயல்பாடு. சில தீமை விளைவிப்பன, சில நன்மை விளைவிப்பன. ஆனால் அனைத்துமே பழக்கமாகிவிட்ட எண்ணங்களில் இருந்து தான் முளைத்து எழுகின்றன. எண்ணம் தான் ஒரு மனிதனை உருவாக்குகின்றது. எனவே, வாழ்வின் மிக முக்கிய அம்சம் என்பது சரியான எண்ணமே. மெய்யறிவாளனுக்கும் முட்டாளுக்கும் உள்ள அடிப்படை வித்தியாசம் என்னவென்றால், மெய்யறிவாளன் தனது எண்ணங்களைக் கட்டுப்படுத்துகிறான். முட்டாள், தனது எண்ணங்களால் கட்டுப்படுத்தப்படுகிறான். எதை எண்ண வேண்டும், எப்படி சிந்திக்க வேண்டும் என்பதை மெய்யறிவாளன் தீர்மானிக்கிறான். தான் கொண்ட குறிக்கோளிலிருந்து தனது எண்ணங்களைத் திசை திருப்பும் புற உலக விடயங்களுக்கு அவன் அனுமதி அளிப்பதில்லை. ஆனால் முட்டாளோ, வெளி உலக விடயங்களால் அவனுள் கிளர்ந்து எழும் ஒவ்வொரு எண்ணத்தாலும் கட்டப்பட்டு அதன் கைதியாக அழைத்துச் செல்லப்படுகிறான். தனது

உந்துதல்கள், ஆசைகள் மற்றும் வெறி உணர்வுகளின் பிடியில் சிக்கி உதவியற்றவனாக வாழ்வை எதிர்கொள்கிறான்.

கவனச்சிதறல், ஏனோதானோ என்று சிந்திப்பது, பொதுவாக கவனமின்மை அல்லது கவன குறைவு என்று அழைக்கப்படுவது ஆனது தோல்வியின், தவறான செயல்பாடுகளின், மோசமான செயல்பாடுகளின் உற்ற துணைவனாகும். எந்த ஒன்றாலும், எந்த ஒரு பிரார்த்தனையாலும், மத வழிப்பாட்டுச் சடங்காலும், ஏன் எந்த தான தர்ம செயல்பாட்டாலும் கூட தவறான எண்ணங்களின் விளைவை மட்டுப்படுத்த முடியாது. தவறான வாழ்வை சரிப்படுத்த வேண்டும் என்றால் அது சரியான எண்ணங்களால் மட்டுமே முடியும். மனிதர்கள் மீதும் நடப்பு நிகழ்வுகள் மீதும் ஒரு சரியான மனப்பான்மையைக் கொள்ளும் போது தான் இளைப்பாறுதலும் நிம்மதியும் கிடைக்கும்.

எவனது உள்ளமும் புத்தியும் மிகப்பெரும் அறநெறிகளோடு ஒத்திசைகின்றதோ அவனுக்கு மட்டும் தான் வெற்றிகரமான வாழ்வு உரியது. அவன் தனது எண்ணங்களை ஏற்புடையதாக, வரிசைமுறையானதாக, ஒத்திசைவானதாக, பொருந்தி வரக்கூடியதாக வைத்துக் கொள்ள

வேண்டும். அவன் தனது எண்ணங்களை நிலையான அறநெறிகளுக்கு உட்பட்டதாக வடிவமைத்துக் கொள்ள வேண்டும். அவ்வாறு செய்து மெய்யறிவின் உறுதியான அடித்தளத்தில் அவன் தன் வாழ்வைக் கட்டமைத்துக் கொள்ள வேண்டும். அவன் வெறுமனே இரக்கமானவனாக இருந்தால் போதாது. ஆனால், அறிவு கூர்மையுடன் இரக்கமானவனாக இருத்தல் வேண்டும். அவன் ஏன் இரக்கம் வழங்குகிறான் என்பது அவனுக்கு தெரிந்திருக்க வேண்டும். அவனது இரக்கம் என்பது ஒரு நிலையான குணமாக இருக்க வேண்டும். அதற்கு மாறாக, வெறுப்பு மயமான கோபங்களுக்கும் கடுமையான செயல்பாடுகளுக்கும் இடையிடையே ஏற்படும் திடீர் உந்துதலாக அவனது இரக்கம் இருக்கக் கூடாது. அறநெறி தவழும் சூழல்களில் மட்டும் அவன் அறநெறியாளனாக இருந்தால் போதாது. ஆனால் தீநெறி தவழும் சூழல்களிலும் அவனது அறநெறி தன்மை எள்ளளவும் குறையாத நலலொளியைச் சிந்த வேண்டும். விதியின் அதிர்ச்சிகரமான தாக்குதல்களாலோ அவன் மீது பொழியப்படும் புகழ்ச்சி உரைகளாலோ அல்லது வீசப்படும் அபாண்டமான பழி சுமத்துதல்களாலோ என எதுவும் அவனை அவனது மானுடத்தன்மையிலிருந்து தடம் புரளச் செய்யக்கூடாது. வாழ்வின் சுழல் காற்றுகளில் இருந்தும் சூறாவளிகளிலிருந்தும் பாதுகாப்பு

அளிக்கும் வகையில், அறநெறி என்பது அவனது நிலையான வசிப்பிடமாக இருக்க வேண்டும்.

அறநெறித் தன்மை என்பது உள்ளம் மட்டுமே சார்ந்ததாக இருக்கக் கூடாது. அது அறிவு சார்ந்ததாகவும் இருக்க வேண்டும். அறிவு சார்ந்ததாகவும் அது இல்லை என்றால், உள்ளம் மட்டுமே சார்ந்த அறநெறியால் இடர்பாடுகள் ஏற்படும். காரணம் வெறியுணர்வு என்பதில் குறைகள் இருப்பது போன்று பகுத்தறிவு என்பதிலும் குறைகள் இருக்கின்றன. பாசத்தை புரட்டிப் போடக் கூடியதாக புலன் இன்பங்கள் இருப்பது போல அறிவு கூர்மையைப் புரட்டிப் போடக் கூடியதாக தாந்திரீக செயல்பாடுகள் இருக்கின்றன. நம்புவதற்கு இயலாத மிகைப்படுத்தல்கள்— அவை கேட்பதற்கு இனிமையாக இருந்தாலும் எந்த அடைக்கலத்தையும் வழங்காது.

இறுக்கத்திற்கு உள்ளான மனம், தான் நாடும் உண்மையைத் தேட நிதர்சனங்களுக்கும் அடிப்படை அறநெறிகளுக்கும் திரும்ப வேண்டும். வானுயர பறக்கும் வல்லூறு ஓய்வை நாடி பாறைகளின் இடுக்கில் தான் கட்டிய கூட்டிற்கு வருவது போல யூகங்களில் சிந்தித்து உழல்பவன்

நிச்சயத்தன்மை மற்றும் நிம்மதியை நாடி அறநெறி என்னும் உறுதியான பாறைக்குத் திரும்ப வேண்டும்.

அறநெறி கோட்பாடுகளின் அடிப்படைகளை உணர்வதற்கு அறிவுக்குப் பயிற்சி அளிக்கப்பட வேண்டும். அவற்றை நடைமுறைப்படுத்துவதில் என்னவெல்லாம் உள்ளடங்கி இருக்கின்றன என்பது குறித்த புரிதல் வேண்டும். பயனற்ற மேலோட்டமான விஷயங்களில் அது ஈடுபட்டு அதன் ஆற்றல்கள் வீணாகாமல் அது கட்டுப்படுத்தப்பட வேண்டும். நன்மையின் பாதையிலும் மெய்யறிவின் வழியிலும் அதன் ஆற்றல்கள் செலுத்தப்பட வேண்டும். எண்ணங்களைச் சிந்திப்பவன், உண்மை எது, அனுமானம் எது என இரண்டிற்கும் இடையே உள்ள வேறுபாட்டை தன் மனதில் கண்டுணர்ந்து தெளிய வேண்டும். தனது உண்மை அறிவின் வீச்சு எந்த அளவுக்கு உள்ளது என்பதை அவன் கண்டறிய வேண்டும். எது குறித்து அவனுக்கு அறிவு உள்ளது என்பதை அவன் தெரிந்து இருக்க வேண்டும். எது குறித்து அவனுக்கு அறிவு இல்லை என்பதையும் அவன் தெரிந்து இருக்க வேண்டும். நிதர்சனமான உண்மை எது, அது குறித்த கருத்துக்கள் எது; நம்பிக்கை எது, அறிவு எது; பொய்மை எது, மெய்மை எது; என இவற்றை

வெற்றிகரமான வாழ்வு

அவன் குழப்பிக் கொள்ளாமல் வேறுபடுத்தி கண்டுணர கற்றுக் கொள்ள வேண்டும்.

உண்மையை உணர்வதற்கு வேண்டிய சரியான மனப்பான்மையை அவன் தேடிக் கண்டடையும்போது, ஓர் ஒளிமயமான மெய் அறிவான வாழ்வு அவனில் இருந்து வெளிப்படும். அப்போது அவன் எது நடைமுறை ரீதியாக ஏற்புடையது என்று கருதப்படுகிறதோ, அதைவிட கூடுதல் ஏற்புடையதாக அவன் செயல்பட வேண்டும். மற்றவர்களது குற்றம் குறைகளை மிக கெட்டிக்காரத்தனமாக வெளிப்படுத்துபவனை விட, அவன் தன் மனதின் குற்றம் குறைகளைச் சிறிதும் ஈவிரக்கம் கொள்ளாமல் வெளிப்படுத்திக் கொள்ள வேண்டும். வேறுபடுத்தி கண்டறியும் இந்த திறனை சிறிது காலம் பயின்ற பின், கற்றது கையளவு கல்லாதது உலகளவு என்னும்படி அவனே வியந்து போவான், அவனிடம் உள்ள அறிவின் அளவு எவ்வளவு சிறியது என்பதை. அதன் அளவு சிறியது தான் என்றாலும் அதை உடைமையாக கொண்டிருப்பதில் அவன் மகிழ்ச்சி அடைவான். காரணம், அவனுள் உள்ள அறிவு என்பது செம்பொன் ஆகும். எத்தனையோ டன் தாது பொருட்களுக்கு இடையே சில நெல் மணிகள் அளவு ஒளிந்துள்ள தங்கத்தை அவன் கண்டெடுத்திருக்கின்றானே! எது அவனுக்கு

நன்மை தரக்கூடியது? அந்த சிறு நெல்மணி அளவு ஒளிந்துள்ள தங்கத்திற்காக அத்தனை டன் தாது மணலையும் வைத்துக் கொள்வதா அல்லது அந்த தங்கத்தைப் பிரித்து எடுத்து அந்த தாது மணலை தூக்கிப் போடுவதா?

சுரங்கத் தொழில்நுட்ப வல்லுனன் மண் குவியலைச் சல்லடை செய்து ஜொலிக்கும் வைரத்தை கண்டு எடுக்கிறான்.

அதுபோல ஆன்ம சுரங்கத்தின் உழைப்பாளன், உண்மை சிந்தனையாளன், தான் சேர்த்து வைத்துள்ள கருத்துக்கள், நம்பிக்கைகள், யூகங்கள், அனுமானங்கள் என்னும் மண் குவியலில் இருந்து உண்மை என்னும் பொன்னை பிரித்தெடுக்கிறான், கடைந்தெடுக்கிறான். அந்த உண்மையை உடைமையாக்கிக் கொண்டவன் மெய் அறிவையும் மெய்ஞானத்தையும் பரிசாக பெறுகிறான்.

இந்த பிரித்தெடுக்கும் செயல்பாட்டால், கடைந்தெடுக்கும் செயல்பாட்டால், கவனக்குவிப்புடன் கூடிய அறிவு வெளிச்சத்திற்கு வருகிறது. இந்த அறிவானது எத்தகையது என்று ஆராய்ந்தால், அறநெறிகளிடமிருந்து பிரிக்க

முடியாத வகையில் நெருங்கிய உறவு கொண்ட ஒன்றாக கலந்திருக்கின்றது.

இந்த அறிவுக்கான தேடலில் ஈடுபட்டபோது சாக்ரடீஸ் அறநெறிகளைக் கண்டு உணர்ந்தார். பெரும் ஆசான்களின் தெய்வீக போதனைகள் எல்லாம் அறநெறிகளின் சாரமே. அறிவிலிருந்து அறநெறியைப் பிரித்து விட்டால் மெய்யறிவு தொலைந்து விடுகின்றது. எதை மனிதன் கடைபிடிக்கின்றானோ, அதை அவன் அறிவான். எதை அவன் கடைபிடிக்கவில்லையோ, அதை அவன் அறிய மாட்டான். அன்பைக் குறித்து ஒருவன் கட்டுரைகள் எழுத முடியும், பிரசங்கங்கள் செய்ய முடியும். ஆனால் அவன் தன் குடும்பத்தின் மீது கனிவின்றி நடந்து கொள்கிறான் என்றால், தன் எதிரிகள் மீது வெறுப்பை உமிழ்கிறான் என்றால், அன்பு குறித்த அவனது அறிவு என்பது வெளிவேடமே ஆகும்.

உண்மை அறிவைக் கொண்டிருப்பவனின் உள்ளத்தில் ஓர் அமைதியான நிலையான இரக்கம் குடிக் கொண்டிருக்கும். வெற்று முழக்கங்களை முழங்கும் அனுபவ அறிவு அற்ற தத்துவ ஆசிரியனின் கவிதை நயமான வார்த்தைகளை அந்த பேரமைதி நீர்த்து போக செய்துவிடும்.

எவனது இதயம் காழ்ப்புணர்விலிருந்து விடுபட்டு இருக்கின்றதோ அவனால் தான் நிம்மதி என்றால் என்னவென்று உணர முடியும். அவன் அனைவரோடும் நிம்மதியாக வாழ்கிறான். அறநெறிகள் பற்றிய குறுக்கு புத்தி கொண்ட விளக்கங்கள் அறியாமையை இன்னும் அதிகப்படுத்தவே துணை செய்யும். அவை தீநெறி தோய்ந்த உதடுகளின் வாயிலாகவே புறப்படும். அறிவு என்பது தகவல்களை நினைவில் கொண்டு ஒப்பிப்பது அல்ல அது ஓர் ஆழமான ஆதார வளத்தை கொண்டிருக்கின்றது. அந்த தெய்வீகமான அறிவு அறநெறிகளுடன் நெருங்கிய உறவு கொள்ளும் போதே வெளிப்படும். புத்திசாதுரியத்தின் வெற்றுக் கருத்துக்களையும் வீணான அனுமானங்களையும் அந்த தெய்வீகமான அறிவுடன் நெருங்கி இருக்கும் பணிவு முறியடிக்கும். அதே நேரம், ஒரு வெல்ல முடியாத ஆற்றலோடும் ஒரு தேடுதலான உள்ளுணர்வோடும் அந்த அறிவை அரணாக இருந்து அது காக்கும். பகுத்தறியும் ஒரு தெய்வீகமான உணர்வு அன்பிலிருந்து பிரித்து அறிய முடியாத வகையில் எப்போதும் உடன் இருக்கும். உங்களில் எவர் எந்த பாவமும் செய்ததில்லையோ அவர் முதற்கல்லை எறியட்டும் என்ற மறுமொழியின் உள், அதற்கு விடை அளிக்க முடியாத வகையில் பகுத்தறிவின் தெய்வீக உணர்வு ஒளிந்து இருக்கின்றது. அது

முழுமையான அன்பின் வெளிப்பாடாகவும் இருக்கின்றது.

தவறான எண்ணங்களை எண்ணுபவன் அவனது தீநெறிகளால் அறியப்படுகிறான். சரியான எண்ணங்களை எண்ணுபவன் அவனது அறநெறிகளால் அறியப்படுகிறான். குழப்பங்களும் மன சஞ்சலங்களும் தவறான எண்ணங்களை எண்ணுபவனது மனதை ஆக்கிரமித்து வாட்டும். நிலையான இளைப்பாறுதலான மனதை அவன் அனுபவிக்க மாட்டான். மற்றவர்கள் அவனை காயப்படுத்த முடியும், மட்டம் தட்ட முடியும், ஏமாற்ற முடியும், ஏளகனப்படுத்த முடியும், சீரழிக்க முடியும் என்று கற்பனை செய்கிறான். அறநெறித்தன்மை வழங்கக்கூடிய பாதுகாப்பைப் பற்றி சிறிதும் அறியாமல் தன் சுயத்தை காப்பாற்றிக் கொள்ளத் துடிக்கிறான். சந்தேக மனப்பான்மை, வெறுப்பு, கோபம், பதில் தாக்குதல் ஆகியவற்றில் அடைக்கலம் நாடுகிறான். தனது சொந்த தீங்குகளின் நெருப்பில் எரிகிறான்.

அவனைப் பற்றி புறங் கூறப்பட்டால், பதிலுக்குப் புறங் கூறுகிறான். அவன் மீது குற்றம் சாட்டப்பட்டால், பதிலுக்குக் குற்றம் சாட்டுகிறான். அவன் மீது தாக்குதல் தொடுக்கப்பட்டால், இரு மடங்கு மூர்கமாக எதிரியைத் தாக்குகிறான். "நான் தவறாக நடத்தப்பட்டேன்" என்று தவறான எண்ணங்களை எண்ணுபவன் ஆர்ப்பரிக்கிறான். பின்பு கோபத்திலும் துக்கத்திலும் செயல்படுகிறான். உள்ளுணர்வு இல்லாததால், நன்மையைத் தீமையில் இருந்து பிரித்து அறிய முடியாததால், அவனது அனைத்து துன்பங்களுக்கும் காரணம், அடுத்தவனிடம் உள்ள தீங்கு அல்ல, ஆனால், தன்னிடம் உள்ள தீங்கு தான் என்பதை அவனால் காண முடிவதில்லை.

சரியான எண்ணங்களை எண்ணுபவன் தன்னை பாதுகாத்துக் கொள்ள வேண்டும், தன் சுயத்தை பாதுகாத்துக் கொள்ள வேண்டும் என்று பதட்டப்படுவது இல்லை. அவன் மீது மற்றவர்கள் ஏவி விடும் தவறான நடவடிக்கைகள் அவனுள் எந்த கலக்கத்தையோ பதட்டத்தையோ ஏற்படுத்துவது இல்லை. இந்த மனிதன் எனக்குத் தவறிழைத்திருக்கிறான் என்ற எண்ணத்தை அவன் எண்ண முடியாது. தனது சொந்த செயல்பாடுகளால் அன்றி வேறு எந்த தீங்கும் அவனை அண்ட முடியாது என்று அவன் உணர்ந்து இருக்கிறான்.

அவனது நல்வாழ்வு என்பது அவன் வசமே அடங்கி இருப்பதைப் புரிந்து இருக்கின்றான். தனது நிம்மதியைத் தன்னைத் தவிர எவரும் தட்டிப் பறிக்க முடியாது என்று அறிந்திருக்கிறான். அறநெறித் தன்மையே அவனது சிறந்த பாதுகாப்பு. தீநெறியான தாக்குதல் தொடுப்பது அவனுக்கு அந்நியமானது. அவன் நிம்மதியான மனநிலையில் உறுதியாக இருக்கிறான். சீற்றம் அவன் இதயத்தில் நுழைய முடியாது. தூண்டுதல்களால் அவனை அசைத்துப் பார்க்க முடியாது. காவல் அரன்கள் சூழ்ந்த அவனது மனக்கோட்டையில் அவை பலனின்றி தாக்குதல் நடத்துகின்றன. அறநெறியோடு என்றும் அவன் ஒழுகுவதால் வலிமையும் நிம்மதியும் என்றும் அவனோடு உறைகிறது.

சரியான எண்ணங்களை எண்ணுபவன் மனிதர்களோடும் புற நிகழ்வுகளோடும் மேற்கொள்ளப்பட வேண்டிய சரியான மனப்பான்மையைக் கண்டறிந்து அதை தன் இயல்பாக்கிக் கொண்டுள்ளான்-ஓர் ஆழமான அன்பான இளைப்பாறுதலான மனப்பான்மையைக் கொண்டுள்ளான். இது ஒதுங்கி இருப்பதல்ல. ஆனால் மெய்யறிவு. எதையும் கண்டும் காணாமல் கடந்து செல்வது அல்ல. ஆனால் அனைத்தையும் கவனித்து ஊடுருவும் உள்ளுணர்வு. அவன்

வாழ்வின் அடிப்படைகளை உள்வாங்கியுள்ளான். வாழ்வின் நிகழ்வுகளை அவன் உள்ளபடியே காண்கிறான். வாழ்வின் நுட்பமான செயல்பாடுகளை மேலோட்டமாக கண்டு அதை அவன் கடந்து செல்வது இல்லை. ஆனால் பிரபஞ்ச விதியின் வெளிச்சத்தில் அவற்றை ஆழமாக படிக்கிறான். அவை பிரபஞ்ச செயல்பாட்டின் ஒரு பகுதி என்ற சரியான அணுகு முறையில் காண்கிறான். இந்த பிரபஞ்சம் ஒரு வழுவாத நீதியின் அடிப்படையில் நிலைநிறுத்தப்பட்டுள்ளது என்பதைக் காண்கிறான். மனிதர்களுக்குள் எழும் அற்ப சண்டைகளிலும் பூசல்களிலும் அவன் தலையிடுவது இல்லை, அவற்றை சாட்சியாக இருந்து கவனிக்கிறான். ஒரு தலைப்பட்சமாக அவன் ஒரு தரப்பின் பக்கம் சாய்வதில்லை. அனைத்து தரப்பின் மீதும் புரிந்துணர்வோடு இருக்கின்றான். ஒரு தரப்பை விட இன்னொரு தரப்பிற்கு அவன் சாதகமாக நடந்து கொள்வது இல்லை. எப்படியும் உலகில், நன்மை வென்று விடும் என்று அவனுக்குத் தெரியும், தனி நபர்களை அது வென்றுள்ளது போலவே. நன்மை எப்படியும் வென்று விடும் என்று சொல்வதற்கு ஒரு காரணம் இருக்கிறது. அது என்னவென்றால், தீமை தன்னைத்தானே தோற்கடித்துக் கொண்டு விடும்.

நன்மை வீழ்வது இல்லை. வழுவாத நீதியைப் புறந்தள்ள முடியாது. மனிதர்கள் என்ன செய்தாலும் சரி, வழுவாத நீதி தன் கட்டுப்பாட்டில் அனைத்தையும் கொண்டிருக்கிறது. அதன் நிலையான அரியாசனத்தை எதுவும் அசைத்தும் பார்க்க முடியாது என்னும் போது அதை வெல்வதும் கவிழ்ப்பதும் நடவாத காரியம் ஆகும். சரியான எண்ணங்களை எண்ணுபவனின் இளைப்பாறுதலான மனதிற்கு இதுவே ஆதாரமாகும். நன்மையைக் கடைப்பிடிப்பவனாக இருப்பதால், அவன் நன்மையின் நீதியை உணர்கிறான். அன்பு அவனது தன்னியல்பாகியுள்ளதால் என்றும் நிலையான அன்பை அவன் உணர்கிறான். தீமையை அவன் வென்றுள்ளதால் நன்மையின் உயர் ஆற்றலை அவன் அறிகிறான்.

கசப்புணர்வு, புலனின்ப இச்சை, ஆணவம் ஆகியவற்றிலிருந்து எவனது இதயம் விடுப்பட்டிருக்கின்றதோ, அவன் தான் சரியான எண்ணங்களை எண்ணுபவனாக இருக்க முடியும். தீமை அறவே நீங்கிய கண்களோடு அவன் உலகைக் காண்கிறான். அவனை மிக கசப்புணர்வுடன் கருதும் எதிரியும் கூட அவனுள் கசப்புணர்வை கிளர்ந்தெழச் செய்ய முடியாது. ஆனால், கனிவான இரக்கத்தை மட்டுமே எழச்

செய்கிறான். தான் அறியாததைக் குறித்து அவன் வீணாக பேசுவதில்லை. அவன் உள்ளம் எப்போதும் நிம்மதியாக இருக்கின்றது.

தனது எண்ணங்கள் பேருண்மையுடன் ஒத்திசைகின்றதா என்பதை இந்த பின்வரும் அறிகுறிகளால் ஒருவன் அறிந்து கொள்ள முடியும் - அவன் இதயத்தில் கசப்புணர்வு இருக்காது. வெறுப்புணர்வு அவனது இதயத்தில் இருந்து விடை பெற்று இருக்கும். இதற்கு முன்பு வரை கண்டனம் செய்து கொண்டிருந்தவர்கள் மீதும் அவன் இப்போது அன்பு செலுத்துவான்.

ஒருவன் மெத்த படித்தவனாக இருக்கலாம், ஆனால் அவன் சரியான எண்ணங்களை எண்ணுபவனாக இல்லை என்றால் அவன் மெய்யறிவாளனாக இருக்க முடியாது. அறநூல்களைக் கற்பதன் மூலம் ஒருவன் தீமையை வெற்றிக் கொள்ள முடியாது. வேத நூல்களைக் கற்பதன் மூலம் ஒருவன் பாவத்திலிருந்தும் துக்கத்தில் இருந்தும் மீள்வது இல்லை. தன்னைத்தான் வெல்வதன் வாயிலாகவே ஒருவன் தீமையை வெற்றிக் கொள்கிறான். நன்மையைக் கடைப்பிடிப்பதன் வாயிலாகவே அவன் துக்கத்திற்கு முடிவு கொண்டு வருகிறான்.

புத்திசாலிகளுக்கோ மெத்த படித்தவர்களுக்கோ அல்லது அதீத நம்பிக்கை கொண்டவர்களுக்கோ ஆனதல்ல வெற்றிகரமான வாழ்வு என்பது. ஆனால், தூய்மையானவர்களுக்கு, அறநெறியாளர்களுக்கு, மெய்யறிவாளர்களுக்கான வாழ்வே வெற்றிகரமானது. முதலாமவர்கள் தங்கள் வாழ்வில் ஒரு குறிப்பிட்ட வெற்றியை அடைகிறார்கள். ஆனால் இரண்டாமவர்கள் மட்டுமே ஒரு பெரும் வெற்றி அடைகிறார்கள். வெல்லப்பட முடியாததாகவும் நிறைவானதாகவும் அது இருக்கின்றது. அது தோல்வி அடைந்தது போன்ற ஒரு தோற்றத்தை ஒரு வேளை தந்தாலும், கூடுதல் வெற்றியுடன் அது மின்னுகிறது.

அறநெறியை அசைக்க முடியாது. அறநெறியைக் குழப்ப முடியாது. அறநெறியைக் கவிழ்க்க முடியாது. எவன் அறநெறிகளுக்கு ஏற்ப சிந்திக்கின்றானோ, நன்மையாக செயல்படுகின்றானோ, எவனது மனம் உண்மையின் சேவகனாக இருக்கின்றதோ, அவனே வாழ்விலும் வெற்றி பெறுவான். இறப்பிலும் வெற்றி பெறுவான். காரணம், அறநெறி வென்றே தீர வேண்டும். நன்மையும் உண்மையும் பிரபஞ்சத்தின் இரு தூண்களாகும்.

7. சாந்த குணமும் ஆதார வளங்களும்

எவன் உண்மையைக் கொண்டிருக்கின்றானோ அவன் தன்னைத் தான் ஆள்கிறான். அவசரம் மற்றும் ஆர்ப்பாட்டம், பதட்டம் மற்றும் அச்சம், என எந்த ஒன்றுக்கும் தூய்மையான மனதிலும் உண்மையான வாழ்விலும் இடம் இருப்பது இல்லை. இடைறுந்து போகாமல் நீடிக்கும் சாந்தகுணம் என்பது சுயக்கட்டுப்பாட்டைத் தொடர்ந்து கடைபிடிப்பதன் விளைவு ஆகும். சாந்த குணம் என்பது அனைத்து அறநெறி குணங்களுக்கும் வனப்பூட்டும் மின்னொளியாகும். புனிதர்களின் தலையைச் சுற்றி இருக்கும் ஒளிவட்டம் போல அனைத்து அறநெறி இயல்புகளையும் சாந்த குணம் தன் ஒளி வட்டத்தால் சூழ்கிறது. சாந்த குணம் இல்லை என்றால் ஒருவனின் மிக பெரிய பலமும் மிகைப்படுத்தப்பட்ட பலவீனமே. சாந்தகுணம் இல்லை என்றால், ஒரு மனிதனின் ஆன்மீக மன வலிமை எதில் இருக்கின்றது? ஒரு சாதாரண மனவலிமை கொண்டவன், அற்ப காரணங்களின் காரணமாக புற நிகழ்வுகளால் தன்னிலை இழந்து

கொதித்து எழுகிறான். தூண்டுதலான பிரச்சினையான நெருக்கடியான வேளையில், பாவத்தில் சருக்கி விழுபவனாலோ அல்லது வெறி ஏற்பட்டு அறிவு மங்கி செயல்படுபவனாலோ ஒரு கால அளவிற்கு ஏனும் நிலைத்திருக்கக்கூடிய ஈர்ப்பாற்றலைப் பெற்றிருக்க முடியுமா?

அறநெறியாளர்கள் தங்களுக்குள் உற்று நோக்குவார்கள். தங்களைத் தாங்களே பரிசோதித்துக் கொள்வார்கள். தங்களின் எண்ண ஓட்டங்கள் மற்றும் உணர்வுகளைக் கூர்ந்து கவனிப்பார்கள். இதன் வாயிலாகத் தங்கள் மனதின் மீது ஒரு கட்டுப்பாட்டைக் கொண்டு வருவார்கள். படிப்படியாகச் சாந்த நிலையைக் பற்றிக் கொள்வார்கள். சாந்த நிலையைப் பெறும்போது ஈர்ப்பாற்றல், சக்தி, சிறப்பு, நிலையான மகிழ்ச்சி, முழுமையான நிறைவான வாழ்வைப் பெறுவார்கள்.

தங்களுக்குள் உற்று நோக்கி தம்மைப் பரிசோதனைக்கு உட்படுத்திக் கொள்ளாதவர்கள், தங்களின் வெறி உணர்வு வேட்கைகளாலும் உணர்ச்சி கொந்தளிப்புகளாலும் ஆளப்படுபவர்கள், கேளிக்கை கொண்டாட்டங்களையும் புனிதமற்ற இன்பங்களையும் துரத்தி ஓடுபவர்களாக இருக்கும் இவர்கள்-, ஒரு வெற்றிகரமான மகிழ்ச்சியான

வாழ்விற்கு இன்னும் தகுதி பெறவில்லை. சாந்த குணம் என்னும் அணிகலனை இவர்களால் பெறவோ அல்லது பாராட்டவோ முடியாது. அத்தகையவர்கள் நிம்மதி வேண்டி உதடுகளால் பிரார்த்தனை செய்யலாம். ஆனால் அவர்கள் அதை உள்ளத்தால் பிரார்த்திப்பது இல்லை அல்லது நிம்மதி என்பது அவர்கள் அவ்வப்போது அனுபவிக்கும் கொண்டாட்ட இன்பங்களின் உறவு என்றே நினைத்து அதை கொண்டாட விரும்புகின்றனர்.

பாவம் நிறைந்த கொண்டாட்டங்களும் அதன் விளைவாகத் தொடரக்கூடிய துக்கமும் மன உறுத்தலும் சாந்தமான வாழ்வில் கிடையாது. முட்டாள் தனமான மன குதுகலிப்புக்களும் அதைத் தொடரும் அதே அளவு முட்டாள் தனமான மனசோர்வுகளும் இருக்காது. கீழ்நிலைப்படுத்திக்கொள்ளும் செயல்பாடுகளும் அதைத் தொடரும் துக்கமும் தன்மான இழப்பும் இடம்பெறாது. இவையெல்லாம் விட்டொழிக்கப்படுகின்றன மீதமாக இருப்பது உண்மை மட்டுமே. உண்மை எப்போதும் நிம்மதியால் சூழப்பட்டிருக்கின்றது. சாந்தமான வாழ்வு என்பது இடையறுந்து போகாத ஒரு பேருவகை ஆகும். சுயக்கட்டுப்பாடு இல்லாதவனுக்குக் கசப்பானவைகளாகத் தோன்றும்

கடமைகள் சாந்த குணம் கொண்டவனுக்கு மகிழ்ச்சியைத் தருபவைகளாக இருக்கும். உண்மையில் சாந்தமான வாழ்வில் “கடமை” என்பது ஒரு புது அர்த்தத்தை பெறுகின்றது. கடமை என்பது ஒரு போதும் மகிழ்ச்சிக்கு எதிரான ஒன்றல்ல. ஆனால், மகிழ்ச்சியுடன் ஒன்றி இருக்க கூடிய ஒன்றாகும். சாந்தகுணம் நிறைந்தவன், சரியான மனப்பான்மையைக் கொண்டிருப்பவன், மகிழ்ச்சியைக் கடமையிலிருந்து வேறுபடுத்திக் காண முடியாது. கேளிக்கைகளுக்கு ஏங்குபவனாலும் கொண்டாட்டங்களைத் துரத்திக் கொண்டு ஓடுபவனாலுமே அவ்வாறு கடமையை மகிழ்ச்சியிலிருந்து வேறுபடுத்திக் காண முடியும்.

சாந்த குணம் அடையப்படுவதற்குக் கடினமாக இருப்பதற்குக் காரணம், மனிதர்கள் மனதின் கீழ்நிலை குழப்பங்கள் வழங்கக் கூடிய தற்காலிகமான சுகத்தை எண்ணி அந்த கீழ்நிலை குழப்பங்களை உறுதியாக பற்றிக் கொள்கிறார்கள். துக்கத்தைக் கூட ஏதோ ஒரு ஆடம்பரமான பொருளைப் போல எண்ணி அதைச் சுயநலமாக பற்றிக் கொள்கிறார்கள். சாந்த மனதை அடைவது கடினமானதாக இருந்தாலும் அதை அடைவதற்கு இட்டுச் செல்லும் பாதை எளிமையானதே. அந்தப் பாதை எதில் அடங்கி இருக்கிறது என்றால் சாந்த குணத்திற்கு எதிரான ஆர்ப்பாட்டங்களைக்,

கொண்டாட்டங்களை மற்றும் குழப்பங்களை ஒதுக்கி தள்ளுவதில் அடங்கி இருக்கின்றது; தொடர்ந்து மாறும் நிகழ்வுகளுக்கு ஏற்ப வளைந்து கொடுத்து மாறிக் கொள்ளும் தன்மை இல்லாத உறுதியான அறநெறிகளைக் கடைப்பிடித்து வலிமைப்படுத்திக் கொள்வதில் அடங்கி இருக்கின்றது; எவற்றை கடைப்பிடித்து ஒழுகும் போது பின்விளைவுகள் வன்மையாக இராமல் தொடரும் மன நிறைவையும் நிலையான நிம்மதியையும் தருபவையாக இருக்கின்றதோ அவற்றை கடைபிடிப்பதில் அடங்கி இருக்கின்றது.

எவன் தன்னைத் தான் அடக்கி ஆள்கிறானோ ஒவ்வொரு நாளும் முயற்சித்து, மேலும் மேலும் தன்னைப் பரிசோதித்து செயல்படுகின்றானோ, சுயக்கட்டுப்பாட்டைக் கொள்கிறானோ, சாந்த மனதைப் பெறுகிறானோ அவன் மட்டுமே நிம்மதியைக் காண்பான். தன் மீது ஒருவனுக்கு எந்த அளவுக்கு கட்டுப்பாடு இருக்கின்றதோ அந்த அளவுக்குத் தான் அவன் மகிழ்ச்சியை தன் அளவில் அனுபவிக்க முடியும். மற்றவர்களுக்கும் அருளாசி ஆனவனாக இருக்க முடியும். அத்தகைய சுய கட்டுப்பாடு என்பது தொடர் பயிற்சியின் மூலமாகத்தான் வரமுடியும். தினசரி முயற்சிகள் மூலமாகத்தான் ஒருவன் தன் பலவீனங்களை வெல்ல முடியும். அவற்றை அவன் புரிந்து

கொண்டு தன் குண இயல்பிலிருந்து அவற்றை எவ்வாறு நீக்குவது என்பதை அவன் ஆராய வேண்டும். இடையில் கைவிடாமல் அவன் தொடர்ந்து முயற்சித்தால் படிப்படியாக அவன் வெற்றி பெறுவான். அவன் பெறும் சிறிய வெற்றியும் (எந்த ஒரு வெற்றியையும் சிறியது என்று கூறி விட முடியாது என்றாலும்) அவனது சாந்த குணம் மேலும் கூடுவதற்கு பெரிதும் உதவும். அவனது குண இயல்பில் அது நிரந்தரமாகத் தங்கும்.

அவன் தன்னை வலிமைப்படுத்திக் கொள்வான், செயல்திறனை வளர்த்துக் கொள்வான், அருள் ஆசி பெற்றவனாக விளங்குவான். தன் கடமைகளைத் தவறின்றி செயல்படுத்த தகுதியானவனாக இருப்பான். அனைத்து நிகழ்வுகளையும் குழப்பமற்ற உள்ளதோடு எதிர்கொள்வான். எந்த ஒரு பெரும் அதிர்ச்சியினாலும் களைத்து விட முடியாத உயர்ந்த சாந்த குணத்தை இந்த வாழ்வில் அவன் இன்னும் பெறவில்லை என்றாலும் அவன் வாழ்வின் போராட்டங்களை அச்சமின்றி எதிர்கொள்ளும் அளவு தகுதி பெற்று இருப்பான், தனது சாந்த குணத்தின் இருப்பால் இந்த உலகில் இருந்து விடைபெறும் போது இன்னும் வளமானவனாக செல்வான்.

தன்னைத் தான் ஆளுதலில் ஒருவன் நிலையான வெற்றி பெறும் போது அவன் தன் மனதின் நுட்பமான கூறுகளைப் பற்றிய அறிவைப் பெறுவான். இந்த தெய்வீக அறிவே அவனை சாந்த குணத்தில் நிலைத்திருக்கச் செய்யும். சுயத்தைப் பற்றிய அறிவு இல்லை என்றால் ஒருவன் மன நிம்மதியை நிலையாக பெற்றிருக்க முடியாது. தூண்டுதல்களின் காரணமான எண்ணவோட்டங்களால் அலைக்கழிக்கப்படுபவன், சாந்த குணம் ஆட்சி செய்யும் புனித பிரதேசத்தை அடைய முடியாது. பலவீனமானவன் யார் என்றால் வாகனத்தில் ஏறி அமர்ந்து அதன் விசையை கட்டுப்பாட்டில் வைத்துக் கொள்ளத் தெரியாமல் அது செல்லும் திசையில் எல்லாம் அதோடு சேர்ந்து பயணிப்பவன் ஆவான். வலிமையானவன் யார் என்றால் வாகனத்தில் ஏறி அமர்ந்து அதன் விசையை முழு கட்டுப்பாட்டில் வைத்து அதை தான் விரும்பும் திசையில் வேண்டும் வேகத்தில் செலுத்துபவன் ஆவான்.

சாந்த குணம் என்பது தெய்வீகமான அல்லது தெய்வீகமானதாக மாறிக் கொண்டிருக்கும் குணயியல்பின் அழகிய மணி மகுடம் ஆகும். அந்த சாந்த குணம் அதனோடு தொடர்பில் வரும்

யாவருக்கும் இளைப்பாறுதலையும் நிம்மதியையும் வழங்கும். பலவீனத்திலும் குழப்பத்திலும் உழல்பவர்கள் தங்கள் மனக்கலகத்தை நீக்குவதற்கு வேண்டிய ஓய்வையும் நிம்மதியையும் சாந்தமான மனதின் இருப்பில் தேடுவார்கள். தடுமாற்றமான கால்களுக்கு சாந்த குணத்தின் இருப்பு தெம்பூட்டும், ஊக்கம் தரும். துக்க நேரத்தில் ஆறுதல் அளிக்கும் வல்லமையுடையதாக இருக்கும். அதற்குக் காரணம், எவன் தன்னை வெல்லும் அளவு வலிமையானவனாக இருக்கின்றானோ அவன் மற்றவர்களுக்கும் உதவும் அளவு வலிமையானவனாக இருக்கின்றான். எவன் தன் ஆன்மாவின் களைப்பை போக்கும் வலிமை பெற்றிருக்கிறானோ அவன் களைத்திருக்கும் மற்றவர்களையும் கரை சேர்க்கும் வலிமை பெற்று இருக்கின்றான். சோதனைகளாலோ நெருக்கடிகளாலோ பழி சுமத்துதல்களாலோ புறஞ்சொற்களாலோ தவறான சித்தரிப்புகளாலோ என எதனாலும் கலங்காத தூக்கி எறியப்பட முடியாத சாந்தமான குணம் என்பது பெரும் ஆன்மீக வலிமையினால் பிறந்தது ஆகும். மெய்யறிவு மற்றும் மெய்யான புரிந்துணர்வின் இருப்பை உணர்த்தும் உண்மை அடையாளமாகும். சாந்தமான மனம் என்பது ஓர் உயர்ந்த மனம் ஆகும். பொய்குற்றச் சாட்டுதல்களும் அவமானப்படுத்துதல்களும் வாரி இறைக்கப்படும் போதும் எவன் சாந்தகுணத்தை இழக்காமல்

இருக்கின்றானோ, அவன் தெய்வீக கனிவும் நிலையான வலிமையும் பெற்றவன் ஆவான். அத்தகைய சாந்த குணம் என்பது சுய கட்டுப்பாட்டின் அழகிய மலர்வு ஆகும். வேதனை என்னும் நெருப்பைப் பொறுமையாகக் கடந்து, மனதை நீண்ட பரிசுத்தப்படுத்துதலுக்கு உட்படுத்தி, மெது மெதுவாக, கடும் உழைப்பின் பயனாக, அது விளைந்தது ஆகும்.

சாந்தமான மனிதன் தன்னுள் மகிழ்ச்சி மற்றும் அறிவு என இரண்டின் வற்றாத ஊற்று கண்களையும் கண்டுவிட்டான். அவனது ஆற்றல்கள் அவனது கட்டளைகளின் கீழ் செயல்படுபவைகளாக இருக்கின்றன.

அவன் எல்லையில்லாத ஆதார வளங்களைப் பெற்று இருக்கிறான். அவன் எந்த திசையில் தன் ஆற்றல்களைச் செலுத்தினாலும் அவை அசலானவையாகவும் சக்தி வாய்ந்தவையாகவும் இருக்கும். அது இவ்வாறு இருப்பதற்குக் காரணம் அவன் ஒவ்வொன்றையும் அது எவ்வாறு உள்ளதோ அதற்கு ஏற்ப கையாள்கிறான். அவற்றின் மீது தான் கொண்ட கருத்திற்கு ஏற்ப கையாள்வதில்லை. அவனுக்கு ஏதேனும் கருத்துக்கள் இருந்தால் அவற்றை தொற்றிக் கொண்டு அவன் தொங்குவதில்லை. அவற்றை வெறும்

கருத்துக்களாக மட்டுமே பார்க்கிறான். எனவே, அதற்கு மேல் எந்த கூடுதல் மதிப்பையும் அளிக்காமல் பார்க்கிறான். அவன் அகம்பாவத்தை அழித்து ஒழித்துள்ளான். நீதிக்கு கட்டுப்படுபவனாக இருப்பதால், இயற்கை மற்றும் பிரபஞ்சத்தின் ஆற்றல்களுடன் ஒன்றிசைந்து செயல்படுகிறான். சுயநல செயல்பாடுகளால், அவனது ஆதார வளங்கள் இடறி விடப்படுவது இல்லை. ஆணவமான செயல்பாடுகளால் அவனது ஆற்றல்கள் தடங்களுக்கு உள்ளாவதில்லை.

எதையும் தனது என்று கருதுவதில் இருந்து அவன் விடுபட்டு இருக்கின்றான். அவன் தனது அறநெறி குணங்களைக் கூட தனக்குச் சொந்தமானவை என்று கருதாமல் அவை உண்மைக்கு சொந்தமானவை என்று கருதுகிறான். பிரபஞ்ச ஆற்றலின் ஒரு கருவியாக உணர்வுபூர்வமாக மாறி இருக்கின்றான். அற்பமான சுயநலத் தேடுதல்களில் தன்னைத் தாழ்த்திக் கொள்வதிலிருந்து விடுபட்டு இருக்கின்றான். அவன் அகந்தையை அறவே கைவிட்டுள்ளான். எனவே அந்த அகந்தைக்கே உரிய பேராசை, துக்கம், குழப்பங்கள், அச்சங்கள் ஆகியவற்றை விட்டொழித்துள்ளான். அவன் சாந்தமாக சலனமின்றி செயல்படுகின்றான். விளைவுகளை சாந்தமாக சலனமின்றி ஏற்கிறான். அவன் எந்த ஒரு செயலை மேற்கொண்டாலும்

அதில் உள்ளடங்கி இருப்பவற்றை முழுமையாக உணர்ந்து திறமையாக துல்லியமாக செயல்படுகிறான். கண்மூடித்தனமாக அவன் செயல்படுவது இல்லை. குருட்டு அதிர்ஷ்டம் என்ற ஒன்றை நம்பி அவன் களத்தில் நிற்பதில்லை.

ஒரு சாந்தமான மனிதனின் மனம் என்பது நீரலைகள் இல்லாத சலனமற்ற ஏரியின் மேற்பரப்புப் போன்றது ஆகும். அது வாழ்வையும் வாழ்வின் நிகழ்வுகளையும் உள்ளவாரே பிரதிபலிக்கும். ஒரு குழப்பமான மனம் என்பது ஒரு கலங்கிய மேற்பரப்பைக் கொண்ட ஏரி ஆகும். அது அதன் மேல் விழும் அனைத்தையும் ஒரு குழப்பமான தெளிவில்லாத பிம்பமாகவே பிரதிபலிக்கும். தன்னை ஆள்பவன் தன்னுள் ஆழ்ந்து நோக்குகிறான். பிரபஞ்சத்தை அதன் சரியான பிரதிபலிப்பில் காண்கிறான். பிரபஞ்ச ஒழுங்கை காண்கிறான். தனக்கு நேர்ந்துள்ள நிலைக்கான நியாயத்தை ஏற்கிறான். உலகமே அதனை அநியாயமானதாகவும் கொடுமையானதாகவும் (அவனுமே முன்பு அப்படித் தான் கருதி இருந்தாலும்) கருதினாலும், இப்போது அவற்றை அவன் தனது முந்தைய வினைகளின் விளைவு என்றே பார்க்கிறான். எனவே, செம்மையான ஒழுங்கின் ஒரு பகுதி என்று மகிழ்ச்சியுடன் ஏற்கிறான். எனவே, மகிழ்ச்சி மற்றும்

மெய்யறிவிற்கான ஒரு எல்லையில்லாத ஆதாரவளமாக அவனது சாந்த குணம் நிலவுகிறது.

கலக்கமான மனிதன் தோல்வி அடைய கூடிய கட்டங்களில் எல்லாம் சாந்தமான மனிதன் வெற்றிப் பெறுகிறான். தனது உள்ளத்தில் நிலவும் நுட்பமான பிரச்சினைகளை ஆராய்ந்து அந்த சிக்கலான முடிச்சுகளை வெற்றிகரமாக அவிழ்க்கத் தெரிந்தவன் புறஉலக நிகழ்வுகளின் சிக்கல்களையும் வெற்றிகரமாகக் கையாள தகுதியானவன் ஆவான். எவன் அகத்தை சீர்படுத்துகிறானோ அவன் புறத்தையும் சீர்படுத்தும் திறன் பெற்று இருக்கிறான். ஒரு சாந்தமான மனம் பிரச்சனைகளை அதன் அனைத்து அம்சங்களோடும் அனைத்து கூறுகளோடும் உணர்கிறது. அதை எப்படி எதிர்கொள்ள வேண்டும் என்ற புரிதலைப் பெற்றிருக்கிறது. கலக்கமடைந்த மனம் தோல்வியை ஏற்கனவே தழுவி விட்ட மனம் ஆகும். எந்த திசையில் செல்வது என்பதை அறியாமல் அந்த கலக்கமடைந்த மனம் தவிக்கிறது. அதன் சொந்த துக்கங்களையும் அச்சங்களையும் மட்டுமே அது உணர்கிறது.

சாந்தமான மனிதன் கொண்டிருக்கும் ஆதாரவளங்கள் அவனை நோக்கி வரும் அனைத்து பிரச்சனைகளையும் கையாள்வதற்கு வேண்டியதை விட கூடுதலாகவே இருக்கும். கைவிடப்பட்ட நிலையில் அவனை எதுவும் விட முடியாது. அவன் தயார் நிலையில் இல்லாததை. எதுவும், எந்த ஒரு நிகழ்வும் காண முடியாது. அவனது மன வலிமையையும் மன உறுதியையும் எதுவும் அசைத்துப் பார்க்க முடியாது. கடமை அவனை எங்கே அழைத்தாலும் அங்கே அவனது வலிமை தன்னால் வெளிப்படும். அகந்தையினால் ஆன உரசல்கள் இல்லாமல் அவனது மனம் அமைதியான, பொறுமையான ஆற்றலை வெளிப்படுத்தும். அவன் புற உலக செயல்பாடுகளில் ஈடுபட்டிருக்கின்றானோ அல்லது ஆன்மீக செயல்பாடுகளில் ஈடுபட்டிருக்கின்றானோ, அவன் தான் மேற்கொள்ள வேண்டிய பணியை ஒருமுகப்படுத்தப்பட்டுள்ள ஆற்றலோடும் ஊடுருவும் உள்ளுணர்வோடும் மேற்கொள்வான்.

சாந்தமான மனம் என்றால் ஒத்திசைவான ஒருங்கமைக்கப்பட்ட சலனமற்ற மனமாகும். சாதாரண மனதின் இரு எல்லைகளான வேதனைப்படுவது மற்றும் வேதனைப்படுத்துவது என இரண்டும் சமநிலைப்படுத்தப்பட்டு, அடிப்படையாக உள்ள மாபெரும் அறநெறியோடு

மனம் தன்னை அடையாளப்படுத்திக் கொண்டு ஒன்றிணைந்து செயல்படுகின்றது. திடீர் என வெடித்துக் கிளம்பும் வெறியுணர்வுகள் கட்டுப்பட பயிற்றுவிக்கப்படுகின்றன.

புத்தி நேர் பாதையில் செல்கிறது. பிரபஞ்ச ஆற்றலின் விருப்பமே தன் விருப்பமாக மாறுகிறது. அதாவது குறுகிய மனதின் இலக்கோடு அது செயல்படுவதில்லை. அனைத்தின் நன்மையை இலக்காகக் கொண்டு செயல்படுகின்றது.

ஒருவன் சாந்த மனதை தன் இயல்பு நிலை என ஆக்கிக் கொள்ளும் வரை அவனை முழு வெற்றிப் பெற்றவன் என்று சொல்ல முடியாது. கடந்து செல்லும் நிகழ்வுகள் யாவும் அவனைக் கலக்கத்தில் ஆழ்த்த முடியும் என்றால் அவனது புரிதல் இன்னும் முற்றி கனிந்த நிலையை எட்டவில்லை. அவனது புரிதல் இன்னும் முதிர்ச்சியான பக்குவ நிலையை அடையவில்லை. அவனது உள்ளம் இன்னும் மனமாசுகளை முற்றிலுமாக அறுக்கவில்லை. ஒருவன் தன்னைத் தானே தற்புகழ்ச்சி செய்து கொண்டு தன்னைத் தானே ஏமாற்றி புகழ்ந்து கொண்டு வாழ்வில் முன்னேறி வெற்றி பெற முடியாது. அவனது பாவங்கள், துக்கங்கள், பிரச்சினைகள் எல்லாம் அவனது சொந்த செயல்பாட்டின் விளைவே

என்பதை அவன் முழு விழிப்புணர்வுடன் உணர வேண்டும். அவை அவனது குறைபாடுகள் என்று உணர வேண்டும். அவனது துக்கங்களின் வேர் அவனது பாவங்களில் தான் இருக்கின்றதே தவிர மற்றவர்களின் பாவங்களில் அல்ல என்ற புரிதல் அவனுக்கு ஏற்பட வேண்டும். பேராசை கொண்டவன் பணத்தை துரத்தி அடைய நினைப்பது போல அவன் சாந்த மனதை அடைய பாடுபட வேண்டும். ஏதோ பகுதி அளவில் அடைந்ததை எண்ணி அவன் திருப்தி அடைந்து விடக்கூடாது. இவ்வாறு அவன் முயற்சிக்க, கனிவும் மெய்யறிவும் வலிமையும் நிம்மதியும் அவனுள் மலரும். மலரின் மீது இறங்கும் பனித்துளி போல அவன் உள்ளத்தில் சாந்த குணம் இறங்கும்,

எங்கே சாந்தமணம் இருக்கின்றதோ அங்கே வலிமையும் இளைப்பாறுதலும் இருக்கின்றன. அங்கே அன்பும் மெய்யறிவும் இருக்கின்றன. தன் ஆணவ, அகம்பாவத்திற்கு எதிராக எண்ணிலடங்கா போர்களை வெற்றிகரமாக தொடுத்த ஒருவன், தனது தோல்வியின் பாடங்களை நெடுங்காலம் இரகசியமாக கற்ற ஒருவன், இறுதியில் வென்றிருக்கிறான்.

8. உள்ளுணர்வும் மேன்மை குணமும்

எவன் உண்மையைக் கொண்டிருக்கின்றானோ அவன் தன்னைத் தான் ஆள்கிறான். அவசரம் மற்றும் ஆர்ப்பாட்டம், பதட்டம் மற்றும் அச்சம், என எந்த ஒன்றுக்கும் தூய்மையான மனதிலும் உண்மையான வாழ்விலும் இடம் இருப்பது இல்லை. இடைறுந்து போகாமல் நீடிக்கும் சாந்தகுணம் என்பது சுயக்கட்டுப்பாட்டைத் தொடர்ந்து கடைபிடிப்பதன் விளைவு ஆகும். சாந்த குணம் என்பது அனைத்து அறநெறி குணங்களுக்கும் வனப்பூட்டும் மின்னொளியாகும். புனிதர்களின் தலையைச் சுற்றி இருக்கும் ஒளிவட்டம் போல அனைத்து அறநெறி இயல்புகளையும் சாந்த குணம் தன் ஒளி வட்டத்தால் சூழ்கிறது. சாந்த குணம் இல்லை என்றால் ஒருவனின் மிக பெரிய பலமும் மிகைப்படுத்தப்பட்ட பலவீனமே. சாந்தகுணம் இல்லை என்றால், ஒரு மனிதனின் ஆன்மீக மன வலிமை எதில் இருக்கின்றது? ஒரு சாதாரண மனவலிமை கொண்டவன், அற்ப காரணங்களின்

காரணமாக புற நிகழ்வுகளால் தன்னிலை இழந்து கொதித்து எழுகிறான். தூண்டுதலான பிரச்சினையான நெருக்கடியான வேளையில், பாவத்தில் சருக்கி விழுபவனாலோ அல்லது வெறி ஏற்பட்டு அறிவு மங்கி செயல்படுபவனாலோ ஒரு கால அளவிற்கு ஏனும் நிலைத்திருக்கக்கூடிய ஈர்ப்பாற்றலைப் பெற்றிருக்க முடியுமா?

அறநெறியாளர்கள் தங்களுக்குள் உற்று நோக்குவார்கள். தங்களைத் தாங்களே பரிசோதித்துக் கொள்வார்கள். தங்களின் எண்ண ஓட்டங்கள் மற்றும் உணர்வுகளைக் கூர்ந்து கவனிப்பார்கள். இதன் வாயிலாகத் தங்கள் மனதின் மீது ஒரு கட்டுப்பாட்டைக் கொண்டு வருவார்கள். படிப்படியாகச் சாந்த நிலையைக் பற்றிக் கொள்வார்கள். சாந்த நிலையைப் பெறும்போது ஈர்ப்பாற்றல், சக்தி, சிறப்பு, நிலையான மகிழ்ச்சி, முழுமையான நிறைவான வாழ்வைப் பெறுவார்கள்.

தங்களுக்குள் உற்று நோக்கி தம்மைப் பரிசோதனைக்கு உட்படுத்திக் கொள்ளாதவர்கள், தங்களின் வெறி உணர்வு வேட்கைகளாலும் உணர்ச்சி கொந்தளிப்புகளாலும் ஆளப்படுபவர்கள், கேளிக்கை கொண்டாட்டங்களையும் புனிதமற்ற இன்பங்களையும் துரத்தி ஓடுபவர்களாக இருக்கும்

இவர்கள்-, ஒரு வெற்றிகரமான மகிழ்ச்சியான வாழ்விற்கு இன்னும் தகுதி பெறவில்லை. சாந்த குணம் என்னும் அணிகலனை இவர்களால் பெறவோ அல்லது பாராட்டவோ முடியாது. அத்தகையவர்கள் நிம்மதி வேண்டி உதடுகளால் பிரார்த்தனை செய்யலாம். ஆனால் அவர்கள் அதை உள்ளத்தால் பிரார்த்திப்பது இல்லை அல்லது நிம்மதி என்பது அவர்கள் அவ்வப்போது அனுபவிக்கும் கொண்டாட்ட இன்பங்களின் உறவு என்றே நினைத்து அதை கொண்டாட விரும்புகின்றனர்.

பாவம் நிறைந்த கொண்டாட்டங்களும் அதன் விளைவாகத் தொடரக்கூடிய துக்கமும் மன உறுத்தலும் சாந்தமான வாழ்வில் கிடையாது. முட்டாள் தனமான மன குதுகலிப்புக்களும் அதைத் தொடரும் அதே அளவு முட்டாள் தனமான மனசோர்வுகளும் இருக்காது. கீழ்நிலைப்படுத்திக்கொள்ளும் செயல்பாடுகளும் அதைத் தொடரும் துக்கமும் தன்மான இழப்பும் இடம்பெறாது. இவையெல்லாம் விட்டொழிக்கப்படுகின்றன மீதமாக இருப்பது உண்மை மட்டுமே. உண்மை எப்போதும் நிம்மதியால் சூழப்பட்டிருக்கின்றது. சாந்தமான வாழ்வு என்பது இடையறுந்து போகாத ஒரு பேருவகை ஆகும். சுயக்கட்டுப்பாடு

இல்லாதவனுக்குக் கசப்பானவைகளாகத் தோன்றும் கடமைகள் சாந்த குணம் கொண்டவனுக்கு மகிழ்ச்சியைத் தருபவைகளாக இருக்கும். உண்மையில் சாந்தமான வாழ்வில் "கடமை" என்பது ஒரு புது அர்த்தத்தை பெறுகின்றது. கடமை என்பது ஒரு போதும் மகிழ்ச்சிக்கு எதிரான ஒன்றல்ல. ஆனால், மகிழ்ச்சியுடன் ஒன்றி இருக்க கூடிய ஒன்றாகும். சாந்தகுணம் நிறைந்தவன், சரியான மனப்பான்மையைக் கொண்டிருப்பவன், மகிழ்ச்சியைக் கடமையிலிருந்து வேறுபடுத்திக் காண முடியாது. கேளிக்கைகளுக்கு ஏங்குபவனாலும் கொண்டாட்டங்களைத் துரத்திக் கொண்டு ஓடுபவனாலுமே அவ்வாறு கடமையை மகிழ்ச்சியிலிருந்து வேறுபடுத்திக் காண முடியும்.

சாந்த குணம் அடையப்படுவதற்குக் கடினமாக இருப்பதற்குக் காரணம், மனிதர்கள் மனதின் கீழ்நிலை குழப்பங்கள் வழங்கக் கூடிய தற்காலிகமான சுகத்தை எண்ணி அந்த கீழ்நிலை குழப்பங்களை உறுதியாக பற்றிக் கொள்கிறார்கள். துக்கத்தைக் கூட ஏதோ ஒரு ஆடம்பரமான பொருளைப் போல எண்ணி அதைச் சுயநலமாக பற்றிக் கொள்கிறார்கள். சாந்த மனதை அடைவது கடினமானதாக இருந்தாலும் அதை அடைவதற்கு இட்டுச் செல்லும் பாதை எளிமையானதே. அந்தப் பாதை எதில் அடங்கி இருக்கிறது என்றால் சாந்த

குணத்திற்கு எதிரான ஆர்ப்பாட்டங்களைக், கொண்டாட்டங்களை மற்றும் குழப்பங்களை ஒதுக்கி தள்ளுவதில் அடங்கி இருக்கின்றது; தொடர்ந்து மாறும் நிகழ்வுகளுக்கு ஏற்ப வளைந்து கொடுத்து மாறிக் கொள்ளும் தன்மை இல்லாத உறுதியான அறநெறிகளைக் கடைப்பிடித்து வலிமைப்படுத்திக் கொள்வதில் அடங்கி இருக்கின்றது; எவற்றை கடைப்பிடித்து ஒழுகும் போது பின்விளைவுகள் வன்மையாக இராமல் தொடரும் மன நிறைவையும் நிலையான நிம்மதியையும் தருபவையாக இருக்கின்றதோ அவற்றை கடைபிடிப்பதில் அடங்கி இருக்கின்றது.

எவன் தன்னைத் தான் அடக்கி ஆள்கிறானோ ஒவ்வொரு நாளும் முயற்சித்து, மேலும் மேலும் தன்னைப் பரிசோதித்து செயல்படுகின்றானோ, சுயக்கட்டுப்பாட்டைக் கொள்கிறானோ, சாந்த மனதைப் பெறுகிறானோ அவன் மட்டுமே நிம்மதியைக் காண்பான். தன் மீது ஒருவனுக்கு எந்த அளவுக்கு கட்டுப்பாடு இருக்கின்றதோ அந்த அளவுக்குத் தான் அவன் மகிழ்ச்சியை தன் அளவில் அனுபவிக்க முடியும். மற்றவர்களுக்கும் அருளாசி ஆனவனாக இருக்க முடியும். அத்தகைய சுய கட்டுப்பாடு என்பது தொடர் பயிற்சியின் மூலமாகத்தான் வரமுடியும். தினசரி முயற்சிகள் மூலமாகத்தான் ஒருவன் தன் பலவீனங்களை

வெல்ல முடியும். அவற்றை அவன் புரிந்து கொண்டு தன் குண இயல்பிலிருந்து அவற்றை எவ்வாறு நீக்குவது என்பதை அவன் ஆராய வேண்டும். இடையில் கைவிடாமல் அவன் தொடர்ந்து முயற்சித்தால் படிப்படியாக அவன் வெற்றி பெறுவான். அவன் பெறும் சிறிய வெற்றியும் (எந்த ஒரு வெற்றியையும் சிறியது என்று கூறி விட முடியாது என்றாலும்) அவனது சாந்த குணம் மேலும் கூடுவதற்கு பெரிதும் உதவும். அவனது குண இயல்பில் அது நிரந்தரமாகத் தங்கும்.

அவன் தன்னை வலிமைப்படுத்திக் கொள்வான், செயல்திறனை வளர்த்துக் கொள்வான், அருள் ஆசி பெற்றவனாக விளங்குவான். தன் கடமைகளைத் தவறின்றி செயல்படுத்த தகுதியானவனாக இருப்பான். அனைத்து நிகழ்வுகளையும் குழப்பமற்ற உள்ளதோடு எதிர்கொள்வான். எந்த ஒரு பெரும் அதிர்ச்சியினாலும் களைத்து விட முடியாத உயர்ந்த சாந்த குணத்தை இந்த வாழ்வில் அவன் இன்னும் பெறவில்லை என்றாலும் அவன் வாழ்வின் போராட்டங்களை அச்சமின்றி எதிர்கொள்ளும் அளவு தகுதி பெற்று இருப்பான், தனது சாந்த குணத்தின் இருப்பால் இந்த உலகில் இருந்து விடைபெறும் போது இன்னும் வளமானவனாக செல்வான்.

தன்னைத் தான் ஆளுதலில் ஒருவன் நிலையான வெற்றி பெறும் போது அவன் தன் மனதின் நுட்பமான கூறுகளைப் பற்றிய அறிவைப் பெறுவான். இந்த தெய்வீக அறிவே அவனை சாந்த குணத்தில் நிலைத்திருக்கச் செய்யும். சுயத்தைப் பற்றிய அறிவு இல்லை என்றால் ஒருவன் மன நிம்மதியை நிலையாக பெற்றிருக்க முடியாது. தூண்டுதல்களின் காரணமான எண்ணவோட்டங்களால் அலைக்கழிக்கப்படுபவன், சாந்த குணம் ஆட்சி செய்யும் புனித பிரதேசத்தை அடைய முடியாது. பலவீனமானவன் யார் என்றால் வாகனத்தில் ஏறி அமர்ந்து அதன் விசையை கட்டுப்பாட்டில் வைத்துக் கொள்ளத் தெரியாமல் அது செல்லும் திசையில் எல்லாம் அதோடு சேர்ந்து பயணிப்பவன் ஆவான். வலிமையானவன் யார் என்றால் வாகனத்தில் ஏறி அமர்ந்து அதன் விசையை முழு கட்டுப்பாட்டில் வைத்து அதை தான் விரும்பும் திசையில் வேண்டும் வேகத்தில் செலுத்துபவன் ஆவான்.

சாந்த குணம் என்பது தெய்வீகமான அல்லது தெய்வீகமானதாக மாறிக் கொண்டிருக்கும் குணயியல்பின் அழகிய மணி மகுடம் ஆகும். அந்த சாந்த குணம் அதனோடு தொடர்பில் வரும்

யாவருக்கும் இளைப்பாறுதலையும் நிம்மதியையும் வழங்கும். பலவீனத்திலும் குழப்பத்திலும் உழல்பவர்கள் தங்கள் மனக்கலகத்தை நீக்குவதற்கு வேண்டிய ஓய்வையும் நிம்மதியையும் சாந்தமான மனதின் இருப்பில் தேடுவார்கள். தடுமாற்றமான கால்களுக்கு சாந்த குணத்தின் இருப்பு தெம்பூட்டும், ஊக்கம் தரும். துக்க நேரத்தில் ஆறுதல் அளிக்கும் வல்லமையுடையதாக இருக்கும். அதற்குக் காரணம், எவன் தன்னை வெல்லும் அளவு வலிமையானவனாக இருக்கின்றானோ அவன் மற்றவர்களுக்கும் உதவும் அளவு வலிமையானவனாக இருக்கின்றான். எவன் தன் ஆன்மாவின் களைப்பை போக்கும் வலிமை பெற்றிருக்கிறானோ அவன் களைத்திருக்கும் மற்றவர்களையும் கரை சேர்க்கும் வலிமை பெற்று இருக்கின்றான். சோதனைகளாலோ நெருக்கடிகளாலோ பழி சுமத்துதல்களாலோ புறஞ்சொற்களாலோ தவறான சித்தரிப்புகளாலோ என எதனாலும் கலங்காத தூக்கி எறியப்பட முடியாத சாந்தமான குணம் என்பது பெரும் ஆன்மீக வலிமையினால் பிறந்தது ஆகும். மெய்யறிவு மற்றும் மெய்யான புரிந்துணர்வின் இருப்பை உணர்த்தும் உண்மை அடையாளமாகும். சாந்தமான மனம் என்பது ஓர் உயர்ந்த மனம் ஆகும். பொய்குற்றச் சாட்டுதல்களும் அவமானப்படுத்துதல்களும் வாரி இறைக்கப்படும் போதும் எவன் சாந்தகுணத்தை இழக்காமல்

இருக்கின்றானோ, அவன் தெய்வீக கனிவும் நிலையான வலிமையும் பெற்றவன் ஆவான். அத்தகைய சாந்த குணம் என்பது சுய கட்டுப்பாட்டின் அழகிய மலர்வு ஆகும். வேதனை என்னும் நெருப்பைப் பொறுமையாகக் கடந்து, மனதை நீண்ட பரிசுத்தப்படுத்துதலுக்கு உட்படுத்தி, மெது மெதுவாக, கடும் உழைப்பின் பயனாக, அது விளைந்தது ஆகும்.

சாந்தமான மனிதன் தன்னுள் மகிழ்ச்சி மற்றும் அறிவு என இரண்டின் வற்றாத ஊற்று கண்களையும் கண்டுவிட்டான். அவனது ஆற்றல்கள் அவனது கட்டளைகளின் கீழ் செயல்படுபவைகளாக இருக்கின்றன.

அவன் எல்லையில்லாத ஆதார வளங்களைப் பெற்று இருக்கிறான். அவன் எந்த திசையில் தன் ஆற்றல்களைச் செலுத்தினாலும் அவை அசலானவையாகவும் சக்தி வாய்ந்தவையாகவும் இருக்கும். அது இவ்வாறு இருப்பதற்குக் காரணம் அவன் ஒவ்வொன்றையும் அது எவ்வாறு உள்ளதோ அதற்கு ஏற்ப கையாள்கிறான். அவற்றின் மீது தான் கொண்ட கருத்திற்கு ஏற்ப கையாள்வதில்லை. அவனுக்கு ஏதேனும் கருத்துக்கள் இருந்தால் அவற்றை தொற்றிக் கொண்டு அவன் தொங்குவதில்லை. அவற்றை வெறும்

கருத்துக்களாக மட்டுமே பார்க்கிறான். எனவே, அதற்கு மேல் எந்த கூடுதல் மதிப்பையும் அளிக்காமல் பார்க்கிறான். அவன் அகம்பாவத்தை அழித்து ஒழித்துள்ளான். நீதிக்கு கட்டுப்படுபவனாக இருப்பதால், இயற்கை மற்றும் பிரபஞ்சத்தின் ஆற்றல்களுடன் ஒன்றிசைந்து செயல்படுகிறான். சுயநல செயல்பாடுகளால், அவனது ஆதார வளங்கள் இடறி விடப்படுவது இல்லை. ஆணவமான செயல்பாடுகளால் அவனது ஆற்றல்கள் தடங்களுக்கு உள்ளாவதில்லை.

எதையும் தனது என்று கருதுவதில் இருந்து அவன் விடுபட்டு இருக்கின்றான். அவன் தனது அறநெறி குணங்களைக் கூட தனக்குச் சொந்தமானவை என்று கருதாமல் அவை உண்மைக்கு சொந்தமானவை என்று கருதுகிறான். பிரபஞ்ச ஆற்றலின் ஒரு கருவியாக உணர்வுபூர்வமாக மாறி இருக்கின்றான். அற்பமான சுயநலத் தேடுதல்களில் தன்னைத் தாழ்த்திக் கொள்வதிலிருந்து விடுபட்டு இருக்கின்றான். அவன் அகந்தையை அறவே கைவிட்டுள்ளான். எனவே அந்த அகந்தைக்கே உரிய பேராசை, துக்கம், குழப்பங்கள், அச்சங்கள் ஆகியவற்றை விட்டொழித்துள்ளான். அவன் சாந்தமாக சலனமின்றி செயல்படுகின்றான். விளைவுகளை சாந்தமாக சலனமின்றி ஏற்கிறான். அவன் எந்த ஒரு செயலை மேற்கொண்டாலும்

அதில் உள்ளடங்கி இருப்பவற்றை முழுமையாக உணர்ந்து திறமையாக துல்லியமாக செயல்படுகிறான். கண்மூடித்தனமாக அவன் செயல்படுவது இல்லை. குருட்டு அதிர்ஷ்டம் என்ற ஒன்றை நம்பி அவன் களத்தில் நிற்பதில்லை.

ஒரு சாந்தமான மனிதனின் மனம் என்பது நீரலைகள் இல்லாத சலனமற்ற ஏரியின் மேற்பரப்புப் போன்றது ஆகும். அது வாழ்வையும் வாழ்வின் நிகழ்வுகளையும் உள்ளவாரே பிரதிபலிக்கும். ஒரு குழப்பமான மனம் என்பது ஒரு கலங்கிய மேற்பரப்பைக் கொண்ட ஏரி ஆகும். அது அதன் மேல் விழும் அனைத்தையும் ஒரு குழப்பமான தெளிவில்லாத பிம்பமாகவே பிரதிபலிக்கும். தன்னை ஆள்பவன் தன்னுள் ஆழ்ந்து நோக்குகிறான். பிரபஞ்சத்தை அதன் சரியான பிரதிபலிப்பில் காண்கிறான். பிரபஞ்ச ஒழுங்கை காண்கிறான். தனக்கு நேர்ந்துள்ள நிலைக்கான நியாயத்தை ஏற்கிறான். உலகமே அதனை அநியாயமானதாகவும் கொடுமையானதாகவும் (அவனுமே முன்பு அப்படித் தான் கருதி இருந்தாலும்) கருதினாலும், இப்போது அவற்றை அவன் தனது முந்தைய வினைகளின் விளைவு என்றே பார்க்கிறான். எனவே, செம்மையான ஒழுங்கின் ஒரு பகுதி என்று மகிழ்ச்சியுடன் ஏற்கிறான். எனவே, மகிழ்ச்சி மற்றும்

மெய்யறிவிற்கான ஒரு எல்லையில்லாத ஆதாரவளமாக அவனது சாந்த குணம் நிலவுகிறது.

கலக்கமான மனிதன் தோல்வி அடைய கூடிய கட்டங்களில் எல்லாம் சாந்தமான மனிதன் வெற்றிப் பெறுகிறான். தனது உள்ளத்தில் நிலவும் நுட்பமான பிரச்சினைகளை ஆராய்ந்து அந்த சிக்கலான முடிச்சுகளை வெற்றிகரமாக அவிழ்க்கத் தெரிந்தவன் புறஉலக நிகழ்வுகளின் சிக்கல்களையும் வெற்றிகரமாகக் கையாள தகுதியானவன் ஆவான். எவன் அகத்தை சீர்படுத்துகிறானோ அவன் புறத்தையும் சீர்படுத்தும் திறன் பெற்று இருக்கிறான். ஒரு சாந்தமான மனம் பிரச்சனைகளை அதன் அனைத்து அம்சங்களோடும் அனைத்து கூறுகளோடும் உணர்கிறது. அதை எப்படி எதிர்கொள்ள வேண்டும் என்ற புரிதலைப் பெற்றிருக்கிறது. கலக்கமடைந்த மனம் தோல்வியை ஏற்கனவே தழுவி விட்ட மனம் ஆகும். எந்த திசையில் செல்வது என்பதை அறியாமல் அந்த கலக்கமடைந்த மனம் தவிக்கிறது. அதன் சொந்த துக்கங்களையும் அச்சங்களையும் மட்டுமே அது உணர்கிறது.

சாந்தமான மனிதன் கொண்டிருக்கும் ஆதாரவளங்கள் அவனை நோக்கி வரும் அனைத்து பிரச்சனைகளையும் கையாள்வதற்கு வேண்டியதை விட கூடுதலாகவே இருக்கும். கைவிடப்பட்ட நிலையில் அவனை எதுவும் விட முடியாது. அவன் தயார் நிலையில் இல்லாததை. எதுவும், எந்த ஒரு நிகழ்வும் காண முடியாது. அவனது மன வலிமையையும் மன உறுதியையும் எதுவும் அசைத்துப் பார்க்க முடியாது. கடமை அவனை எங்கே அழைத்தாலும் அங்கே அவனது வலிமை தன்னால் வெளிப்படும். அகந்தையினால் ஆன உரசல்கள் இல்லாமல் அவனது மனம் அமைதியான, பொறுமையான ஆற்றலை வெளிப்படுத்தும். அவன் புற உலக செயல்பாடுகளில் ஈடுபட்டிருக்கின்றானோ அல்லது ஆன்மீக செயல்பாடுகளில் ஈடுபட்டிருக்கின்றானோ, அவன் தான் மேற்கொள்ள வேண்டிய பணியை ஒருமுகப்படுத்தப்பட்டுள்ள ஆற்றலோடும் ஊடுருவும் உள்ளுணர்வோடும் மேற்கொள்வான்.

சாந்தமான மனம் என்றால் ஒத்திசைவான ஒருங்கமைக்கப்பட்ட சலனமற்ற மனமாகும். சாதாரண மனதின் இரு எல்லைகளான வேதனைப்படுவது மற்றும் வேதனைப்படுத்துவது என இரண்டும் சமநிலைப்படுத்தப்பட்டு, அடிப்படையாக உள்ள மாபெரும் அறநெறியோடு

மனம் தன்னை அடையாளப்படுத்திக் கொண்டு ஒன்றிணைந்து செயல்படுகின்றது. திடீர் என வெடித்துக் கிளம்பும் வெறியுணர்வுகள் கட்டுப்பட பயிற்றுவிக்கப்படுகின்றன.

புத்தி நேர் பாதையில் செல்கிறது. பிரபஞ்ச ஆற்றலின் விருப்பமே தன் விருப்பமாக மாறுகிறது. அதாவது குறுகிய மனதின் இலக்கோடு அது செயல்படுவதில்லை. அனைத்தின் நன்மையை இலக்காகக் கொண்டு செயல்படுகின்றது.

ஒருவன் சாந்த மனதை தன் இயல்பு நிலை என ஆக்கிக் கொள்ளும் வரை அவனை முழு வெற்றிப் பெற்றவன் என்று சொல்ல முடியாது. கடந்து செல்லும் நிகழ்வுகள் யாவும் அவனைக் கலக்கத்தில் ஆழ்த்த முடியும் என்றால் அவனது புரிதல் இன்னும் முற்றி கனிந்த நிலையை எட்டவில்லை. அவனது புரிதல் இன்னும் முதிர்ச்சியான பக்குவ நிலையை அடையவில்லை. அவனது உள்ளம் இன்னும் மனமாசுகளை முற்றிலுமாக அறுக்கவில்லை. ஒருவன் தன்னைத் தானே தற்புகழ்ச்சி செய்து கொண்டு தன்னைத் தானே ஏமாற்றி புகழ்ந்து கொண்டு வாழ்வில் முன்னேறி வெற்றி பெற முடியாது. அவனது பாவங்கள், துக்கங்கள், பிரச்சினைகள் எல்லாம் அவனது சொந்த செயல்பாட்டின் விளைவே

என்பதை அவன் முழு விழிப்புணர்வுடன் உணர வேண்டும். அவை அவனது குறைபாடுகள் என்று உணர வேண்டும். அவனது துக்கங்களின் வேர் அவனது பாவங்களில் தான் இருக்கின்றதே தவிர மற்றவர்களின் பாவங்களில் அல்ல என்ற புரிதல் அவனுக்கு ஏற்பட வேண்டும். பேராசை கொண்டவன் பணத்தை துரத்தி அடைய நினைப்பது போல அவன் சாந்த மனதை அடைய பாடுபட வேண்டும். ஏதோ பகுதி அளவில் அடைந்ததை எண்ணி அவன் திருப்தி அடைந்து விடக்கூடாது. இவ்வாறு அவன் முயற்சிக்க, கனிவும் மெய்யறிவும் வலிமையும் நிம்மதியும் அவனுள் மலரும். மலரின் மீது இறங்கும் பனித்துளி போல அவன் உள்ளத்தில் சாந்த குணம் இறங்கும்,

எங்கே சாந்தமணம் இருக்கின்றதோ அங்கே வலிமையும் இளைப்பாறுதலும் இருக்கின்றன. அங்கே அன்பும் மெய்யறிவும் இருக்கின்றன. தன் ஆணவ, அகம்பாவத்திற்கு எதிராக எண்ணிலடங்கா போர்களை வெற்றிகரமாக தொடுத்த ஒருவன், தனது தோல்வியின் பாடங்களை நெடுங்காலம் இரகசியமாக கற்ற ஒருவன், இறுதியில் வென்றிருக்கிறான்.

9. மனிதனானவன் தலைவன் ஆவான்

தன்னைத் தான் வென்று ஆள்வதன் மூலமாக தனித்துவமான ஓர் உணர்வு நிலை ஏற்படுகின்றது. அதைத் தெய்வீகமானது என்றும் சிலர் கூறுவார்கள். இது மனிதர்களின் பொதுவான உணர்வு நிலையில் இருந்து வேறுபட்டது. அந்த பொதுவான உணர்வு நிலை, தனக்கென்று சாதகமான அனுகூலங்களை, ஈடேற்றிக்கொள்ள விரும்பும் ஆசைகளை ஒரு புறம் கொண்டு இன்புறும். துக்கம் மற்றும் மன உறுத்தலால் மறுபுறம் துன்புறும். இந்த தெய்வீக உணர்வு நிலை மனித இனத்தோடும் பிரபஞ்சத்தோடும் தன்னை ஐக்கியபடுத்திக் கொள்ளும். என்றும் நிலையான நீதி நெறிகள், நன்மை, மெய்யறிவு மற்றும் உண்மையோடு தன்னை ஈடுபடுத்திக் கொள்ளும். கேளிக்கை கொண்டாட்டங்களோடும் சுயத்தை பாதுகாப்பதிலும் போற்றுவதிலும் ஈடுபடாது. இதனால் தன் ஒருவனின் இன்பம் தொலைந்து விடும் என்று பொருள் அல்ல. ஆனால் அது இலக்காகக் கருதப்பட்டு தேடப்படாது. மனதில் முதன்மை இடத்தை வகிக்காது. மனம் பரிசுத்தமாகி சரியான

எண்ணங்கள் மற்றும் செயல்களின் விளைவாக அந்த இன்பம் வந்தடையுமே அன்றி அதையே அடைய வேண்டிய இலக்காக, குறிக்கோளாகக் கொண்டு மனம் செயல்படாது.

தெய்வீக உணர்வு நிலையில் பாவத்திற்கோ துக்கத்திற்கோ இடமில்லை. பாவம் என்றால் என்ன என்ற உணர்வு கூட அற்றுப் போய் விடுகிறது. வாழ்வின் உண்மையான ஒழுங்குமுறை மற்றும் அர்த்தம் வெளிப்பட்டு வாழ்வில் புலம்பல்களுக்கோ சஞ்சலங்களுக்கோ இடமிருக்காது. இந்த உணர்வு நிலையை இயேசு "சுவர்க்கத்தின் ஆட்சி" என்றார். புத்தர் "நிர்வாண நிலை" என்றார். எமர்சன் "ஆன்மாவின் உயர்நிலை" என்றார். டாக்டர் பக்கீல் "பிரபஞ்ச உணர்வு நிலை" என்றார். "பிரபஞ்ச உணர்வு நிலை" ("Cosmic Consciousness") என்னும் தலைப்பிட்டு ஓர் அரிய புத்தகத்தையும் எழுதினார்.

சாதாரண மனித உணர்வு நிலை என்பது தன்னைப் பற்றிய உணர்வு நிலை ஆகும். ஆணவம், அகம்பாவம் மற்றும் அகந்தையால் ஆன சுயம் வேறு எதனையும் விட முதன்மை இடத்தைப் பெறுகின்றது. தன் சுயத்தை பற்றி இடைவிடாத அச்சங்களும் பதட்டங்களும் தொடர்கின்றன. தன்

சுய அடையாளத்தை இழப்பது தான் மிகப் பெரும் துன்பமாகக் கருதப்படுகிறது. அதை என்றும் பாதுகாப்பது தான் பிரபஞ்சத்திலேயே மிக முக்கிய கடமையாகக் கருதப்படுகிறது.

தெய்வீக உணர்வு நிலையில் இவை எல்லாம் ஓடி மறைந்து விட்டன. தான் என்ற ஒன்று இல்லாமல் இருக்கிறது. எனவே சுயத்துடன் தொடர்புடைய எல்லா அச்சங்களும் பதட்டங்களும் இல்லை. நிகழ்வுகள் மிகைப்படுத்தப்படாமல் குறைத்து மதிப்பிடப்படாமல் உள்ளவாறே காணப்படுகின்றன. சுய விருப்பம் அல்லது சுயத்தின் தற்காலிக அல்லது நிரந்தர மகிழ்ச்சியை ஈடேற்றும் வகையிலோ, சுயத்திற்கு இன்பமோ அல்லது வேதனையோ ஏற்படும் வகையிலோ அது காணப்படாமல் உள்ளவாறு அவை காணப்படுகின்றன.

தன்னைப் பற்றிய அதீத உணர்வு நிலை கொண்ட மனிதன் ஆசைக்கு உட்பட்டவன். தெய்வீக உணர்வு நிலை கொண்ட மனிதன் ஆசைகளை அடக்கி ஆள்பவன். முதலாமவன், எது இன்பம் தரக்கூடியது எது துன்பம் தரக்கூடியது என்று கருதுகிறான். இரண்டாமவன், இன்பத்தையோ

துன்பத்தையோ கருத்தில் கொள்ளாமல் எது நீதிக்கு உட்பட்டது என்று காண்கிறான்.

மனித இனம் தன்னைக் குறித்த உணர்வு நிலையில் இருந்து தெய்வீக உணர்வு நிலைக்கு முன்னேறிக் கொண்டிருக்கின்றது. தன் சுயத்திற்கு தன் ஆணவத்திற்கு அடிமையாய் இருப்பது, பாவத்திற்கும் இழிச்செயல்களுக்கும் துணை போவது என்பதை விட்டுவிட்டு உண்மை தரும் விடுதலையையும் அதன் தூய்மையையும் ஆற்றலையும் நாடுகிறது. மனித இனத்தின் பெரும் ஆசான்களும் மீட்பர்களும் இந்த தெய்வீக உணர்வு நிலையை அடைந்துள்ளவர்களே. தான் என்ற உணர்வு நிலையின் அனைத்து கூறுகளையும் அவர்கள் முந்தைய பிறவிகளில் அனுபவித்து கடந்துள்ளனர். இப்போது தான் என்ற அகம்பாவத்தை வென்று ஆள்கின்றனர். தெய்வீக உணர்வு நிலையைப் பெற்றுள்ளனர்.

பரிணாம வளர்ச்சி நிலையின் சிகரத்தை அடைந்துள்ளனர். அவர்கள் இனி பூமியில் மீண்டும் தன்னுணர்வு நிலையுடன் பிறப்பதற்கான அவசியம் இல்லை. அவர்கள் தங்கள் வாழ்வின் தலைவனாக இருக்கிறார்கள். தான் என்ற அகந்தையை வென்று ஆள்பவர்கள் அவர்கள். உயர்ந்த மெய்யறிவைப்

பெற்றுத் திகழ்கின்றனர். சாதாரண மனிதர்களிடம் வெளிப்படும் தன்னுணர்வு நிலை போன்று இல்லாத தெய்வீக உணர்வுநிலை மற்றும் மெய்யறிவு புரியாத புதிராக வெளிப்படும் காரணத்தால் அவர்களில் சிலர் கடவுளாகவே வணங்கப்படுகின்றனர். என்றாலும் இந்த தெய்வீக உணர்வுநிலையில் எந்த ஒரு புரியாத புதிரும் இல்லை. மாறாக மிக வெளிப்படையான எளிமையே இருக்கின்றது. சுயத்தை பற்றிய குழப்பங்கள் சிதறடிக்கப்படும் போது அது தெளிவாக தோற்றமளிக்கும்.

பெரும் ஆசான்களின் நிலைப்பெற்ற குணங்களான இடையறுந்து போகாத கனிவு, ஆழமான மெய்யறிவு, நிறைவான சாந்தம் ஆகியற்றைத் தன்னுணர்வு நிலையின் கண்களைக் கொண்டு நோக்கும்போது அதிசயத்தக்க குணங்களாக தோற்றமளிக்கும். ஆனால், அவை எளிமையான இயல்பான குணங்களே, தெய்வீக உணர்வுநிலையின் கண்களைக் கொண்டு நோக்குபவர்களுக்கு. தன்னுணர்வு நிலை கொண்டிருக்கும் சாதாரண மனிதர்கள், அறநெறிகளின் உச்சங்களை எட்டும் போது, அதற்கு முன்பு வரை அவர்களிடம் வராது இருந்த அந்த தெய்வீக உணர்வுநிலை அவர்கள் மனதில் உதித்தெழும்.

பெரும்பான்மை மனித இனம் வெறியுணர்வுகளின் கட்டுப்பாட்டில் செயல்படுகிறது. அத்தகைய வெறியுணர்வுகளை ஒருவன் எந்த அளவுக்கு கட்டுப்படுத்தி ஆள்கிறானோ அவன் அந்த அளவுக்கு தெய்வீக உணர்வுநிலை உடையவனாக, தெய்வீக மெய்யறிவு பொருந்தியவனாக, தெய்வீக கனிவு மிக்கவனாக விளங்குகிறான். எவன் தன்னை வென்று ஆள்கிறானோ அவன் தான் தெய்வீக ஆற்றல் மிக்க தலைவன் ஆவான். நிலையான சிறப்பு, நன்மை அளிக்கும் குணயியல்புகள், நெருடல் இல்லாத அறநெறி பண்பு ஆகியன ஆன்மீக மெய்ஞான நிலை அடைந்திருப்பவனிடமிருந்து வெளிப்படுவதை அவன் உடன் இருப்பவர்கள் உணர்வார்கள். அவை தன்னை வென்று ஆள்வதன் முயற்சிக்கு கிடைத்த பரிசாகும், மன ஆற்றல்களை புரிந்துணர்வோடு அடக்கி ஆள விழையும் ஒருவனின் நீண்ட போராட்டத்தால் விளைந்த வெற்றிக் கனிகள் ஆகும்.

தன்னுணர்வு நிலை கொண்டவர்கள் புரிதலின்றி அத்தகைய மன ஆற்றல்களைக் கண்மூடித்தனமாக செயல்படுத்துகிறார்கள். தன்னுணர்வு நிலை கொண்ட மனிதன் ஒரு அடிமை ஆவான். தன்

உந்துதல்களுக்கு அவன் கட்டுப்படுகிறான். தன் வெறியுணர்வுகளுக்கு அடிபணிகிறான். அந்த வெறியுணர்வுகளைப் பின்பற்றுவதால் அவனுக்கு ஏற்படும் வலிகளுக்கும் துக்கங்களுக்கும் அடிபணிகிறான். அவன் தனது பாவங்கள் மற்றும் துக்கங்கள் குறித்து உணர்ந்தவனாகவே இருக்கிறான். ஆனால், அவற்றை விட்டு மேல் எழுவதற்கான வழியை அறியாதவனாகவே இருக்கிறான். அதன் காரணமாக, அவன் புதிய புதிய தத்துவங்களைக் கண்டுபிடிக்கிறான். பாவத்திலிருந்து மேல் எழுவதற்கான முயற்சிக்கு பதிலாக அந்த தத்துவ கோட்பாடுகள் அவனுக்கு ஒரு பலவீனமான நம்பிக்கையை அளிக்கின்றன. அவ்வாறு அளித்து பாவத்திற்கு அவனை எளிதாக பலியாக்குகின்றன. துக்கத்திலிருந்து தப்ப வேறு வழி இல்லாமல் அவன் அதற்கு இரையாகிறான்.

தெய்வீக உணர்வு நிலை கொண்ட மனிதன் தலைவன் ஆவான். அவன் உண்மைக்குக் கட்டுப்படுகிறான். தன் சுயத்திற்கு அல்லது ஆணவ அகம்பாவத்திற்கு அவன் கட்டுப்படுவது இல்லை. அவன் தன் உந்துதல்களை நெறிப்படுத்தி சரியான திசையில் செலுத்துகிறான். தன்னைத் தான் ஆள்வதன் மூலம் ஊற்றெடுக்கும் ஆற்றலை கொண்டு பாவங்களையும் துக்கங்களையும் கட்டுப்படுத்த முடியும் என்பதைக் குறித்து

உணர்ந்தவனாக இருக்கிறான். எந்த தத்துவ கோட்பாடுகளின் துணையையும் அவன் நாடுவது இல்லை. ஆனால், சரியான செயல்களை மேற்கொள்வதில் தன்னை ஈடுபடுத்தி முயற்சிக்கிறான். அதனால், தனக்கு ஏற்படும் மனத்தூய்மை மற்றும் ஆற்றலை வெற்றியாக கருதி மேலும் முயல்கிறான். தன்னைத் தான் வென்று ஆள்வதில் அவன் ஒரு முழுமை நிலையை அடையும் போது, உண்மையோடு பொருந்தாத வேறு எதனையும் அவன் தொற்றிக் கொள்வது இல்லை. பாவத்தைக் கட்டுப்படுத்தி ஆள்பவனாக, வென்றவனாக ஆகிறான். துக்கத்திற்கு அவன் இனியும் ஆட்படுவது இல்லை.

கொந்தளிப்பு நிலையையே இயல்புநிலையாகக் கொண்டு தன்னை இதுவரையிலும் ஆட்டிப்படைத்து வந்த ஆணவ அகம்பாவத்தை எவன் கட்டுப்படுத்தி வென்று தூக்கி எறிகிறானோ அவன் மெய்ஞானம் மிக்கவனாக மெய்யறிவு கொண்டவனாக நிம்மதி ததும்புபவனாக மகிழ்ச்சியானவனாக இருக்கிறான். துக்கத்தின் சூறைக்காற்று அவனுள் நடுக்கத்தை ஏற்படுத்த முடியாது. சாதாரண மனிதர்களை வாட்டும் கவலைகளும் குழப்பங்களும் அவன் அருகே வர முடியாது. எந்தத் தீங்கும் அவனை வெற்றி கொள்ள முடியாது. தெய்வீக அறநெறிகளின் பாதுகாப்பில்

அவன் இருக்கிறான். எந்த எதிரியாலும் அவனை கவிழ்க்க முடியாது. எந்த பகையாலும் அவனுக்குத் துன்பம் தர முடியாது. இரக்கம் நிறைந்தவனாக, நிம்மதி ததும்புபவனாக இருக்கும் அவனது இளைப்பாறுதல் நிலையை எந்த மனிதனோ ஆற்றலோ இடமோ பறிக்க முடியாது.

மனிதனுக்கு எந்த எதிரியும் கிடையாது, அவனது ஆணவ அகம்பாவமான சுயத்தை தவிர. எந்த இருளும் கிடையாது, அறியாமையைத் தவிர. எந்த துன்பமோ வேதனையோ கிடையாது, அவனது சொந்த இயல்புகளின் கட்டுப்படாத தன்மைகளிலிருந்து முளைத்து மேலெழுபவைகளைத் தவிர.

விருப்பு-வெறுப்பு, ஆசை-நிராசை, எதிர்பார்ப்பு-ஏமாற்றம் ஆகியவற்றின் பிடியில் சிக்கி கைப்பாவையாக உழல்பவன் எவனும் உண்மையில் மெய்யறிவு மிக்கவனாக இருக்க முடியாது. இந்த நிலைகள் எல்லாம் தன்னைப் பற்றிய தன் சுயத்தை பற்றிய உணர்வு நிலை கொண்டவர்களுக்கே பொருந்தும். இவையெல்லாம் முட்டாள் தனத்தின் பலவீனத்தின் கைப்பாவையாக இருப்பதன் அறிகுறியாகும்.

தன் உலக வாழ்வின் நெருக்கடியான கடமைகளுக்கு இடையில் சாந்தமானவனாக, பொறுமையானவனாக, கனிவானவனாக இருப்பவனே உண்மையில் மெய்யறிவு மிக்கவன் ஆவான். நிகழ்வுகளை அவன் உள்ளவாறே ஏற்கிறான். தன் விருப்பம்போல் இருக்க வேண்டும் என்று எண்ணி பின் அவன் வருந்துவது இல்லை. தன் ஆசைக்கு ஏற்ப இருக்க வேண்டும் என்று எண்ணி பின் அவன் துக்கப்படுவது இல்லை. இவையெல்லாம் உண்மையின் ஆதிக்கத்தில் செயல்படும் தெய்வீக உணர்வு நிலைக்கே பொருந்தும். மெய்ஞானம், மெய்யறிவு, தன்னை வென்று ஆள்வதன் அறிகுறிகள் ஆகும்.

பணம், புகழ், இன்பத்தை விரும்பாதவன், தன்னிடம் இருப்பதைக் கொண்டு நிறைவாக இருப்பவன், அவை தன்னிடம் இருந்து பறிக்கப்படும் சூழலில் அது குறித்து புலம்பாதவன், உண்மையில் மெய்யறிவு மிக்கவன் ஆவான்.

பணம் புகழ் இன்பத்தை விரும்பி ஏங்குபவன், தன்னிடம் இருப்பதைக் கொண்டு மன நிறைவு அடையாதவன், அவை தன்னிடமிருந்து

பறிக்கப்படும் போது புலம்பித் தவிப்பவன், உண்மையில் முட்டாள் ஆவான்.

மனிதன் ஆளப்பிறந்தவன். ஆனால் நிலங்களை கைப்பற்றி ஆள்வதற்காக அல்ல. தன்னைத்தான் வென்று ஆள்வதற்காக ஆகும். நிலங்களைக் கைப்பற்றி ஆள்பவன் தற்காலிக ஆட்சியாளன் ஆவான். ஆனால் தன்னைத்தான் வென்று ஆள்பவன் நிலையான வெற்றியாளன் ஆவான்.

மனிதன் ஆள்வதற்காக விதிக்கப்பட்டவன் ஆவான். தன் ஆற்றல்களைக் கொண்டு சக மனிதர்களை அடக்கி ஆள்வதற்காக அல்ல, ஆனால் தனது சொந்த இயல்புகளை சுய கட்டுப்பாட்டால் கட்டுப்படுத்தி ஆள வேண்டும் என்பதே அவனது விதி ஆகும். தன் ஆற்றல்களைக் கொண்டு சக மனிதர்களை அடக்கி ஆள்வது ஆணவ அகம்பாவத்தின் மகுடம் ஆகும். ஆனால், தன் சொந்த இயல்புகளை சுயக்கட்டுப்பாட்டால் ஆள்வது என்பது பணிவின் மணி மகுடம் ஆகும்.

உண்மைக்கு பணி செய்ய தன் ஆணவ அகம்பாவத்தை தூக்கி எறிபவனே தலைவன் ஆவான். அவன் அறநெறிகளில் தன்னை

நிலைப்படுத்திக் கொண்டுள்ளான். சிறந்த தலைமை பண்புகளை அவன் பெற்று இருப்பதோடு தெய்வீக மெய் அறிவையும் பெற்று இருக்கிறான். வாழ்வின் இடையூறுகளையும் அதிர்ச்சிகளையும் அவன் கடந்து வந்துள்ளான். அனைத்து சூழல்களையும் சந்தித்து மேல் எழுபவனாக இருக்கிறான். அவன் நிகழ்வுகளை அமைதியாக உற்று நோக்குகிறான். ஆனால், பயன்பாடு இல்லாத கருவியாக ஒருபோதும் அவன் இருப்பதில்லை. பாவம் செய்து அழுது வருந்தி இறப்புக்கு அஞ்சுபவனாக அவன் இருப்பதில்லை. ஆனால், தூய்மையானவனாக, மகிழ்ச்சியானவனாக, இறப்பைக் கடந்த வாழ்வை வாழ்பவனாக இருக்கிறான். நிகழ்வுகளின் ஓட்டத்தை மகிழ்ச்சியான நிம்மதியான உள்ளத்துடன் உணர்கிறான். பிறப்பு இறப்பை கடந்தவனாக தெய்வீகமான வெற்றியாளனாக இருக்கிறான்.

10. மெய்யறிவும் வெற்றியும்

நம்பிக்கை என்பது வெற்றிகரமான வாழ்வின் தொடக்கமாகும். ஆனால், அது தொடர்ந்து நிகழ்வதற்கான ஆற்றலை வழங்குவது மெய்யறிவே ஆகும். நம்பிக்கை என்பது பாதையை வெளிப்படுத்தும். அந்தப் பாதை இட்டுச்செல்லும் இறுதி இலக்கு என்பது மெய்யறிவாகும். நம்பிக்கையானது பல துன்ப நிலைகளைச் சந்திக்கும். மெய்யறிவு துன்ப நிலைகளைக் கடந்து மேலெழும். நம்பிக்கை-, தாக்குப்பிடிக்கும் திறன் உடையது. மெய்யறிவு-, அன்பை வழங்கக் கூடியது. நம்பிக்கை-, இருளில் நடக்கும், என்ன ஏது என்று அறியாமல். மெய்யறிவு-, ஒளி வெளிச்சத்தில் செயல்படும், என்ன ஏது என்பதை அறிந்து. நம்பிக்கை-, முயற்சியை ஊக்குவிக்கும். மெய்யறிவு-, முயற்சிக்கு மகுடத்தை சூட்டும். உள்ளத்தின் எதிர்பார்ப்புகளை ஈடேற்ற நம்பிக்கை துணையாக இருக்கிறது. அடையப்பட்டவைகளின் முகமாக மெய்யறிவு இருக்கிறது. புனித பயணம் மேற்கொள்பவனின் பயணத்துக்கு உறுதுணையாக இருக்கும் ஊன்றுகோலாக நம்பிக்கை இருக்கிறது. பயணத்தின் முடிவில் அடைக்கலம் வழங்கும் புனித

நகரமே மெய்யறிவாகும். நம்பிக்கை இல்லாமல் மெய்யறிவு அடையப்பட முடியாது. ஆனால், மெய்யறிவு அடையப்பட்ட பின் நம்பிக்கையின் பணி நிறைவு பெற்று விட்டது.

வெற்றிகரமான வாழ்வு என்பது அறிவான வாழ்வாகும். அறிவான வாழ்வு என்பது புத்தக அறிவைக் குறிப்பதல்ல. மேலோட்டமான விஷயங்களை நியாபகத்தில் கொள்வது அல்ல. வாழ்வின் ஆழமான நிதர்சனங்களையும் வாழ்வின் உண்மைகளையும் புரிதலுடன் பற்றிக் கொள்வது ஆகும். இந்த அறிவுக்கு அப்பாற்பட்டு மனிதனுக்கு எந்த வெற்றியும் கிடையாது. சோர்ந்து போன அவன் பாதங்களுக்கு எந்த ஓய்வும் கிடையாது. துன்பப்படும் அவனது இதயத்திற்கு எந்த அடைக்கலமும் கிடையாது.

முட்டாள் மீள்வதற்கு எந்த வழியும் கிடையாது, அவன் மெய்யறிவாளன் ஆவதைத் தவிர. பாவி மீள்வதற்கு எந்த வழியும் இல்லை, அவன் மனமாசு நீங்கியவனாக ஆவதைத் தவிர. வாழ்வின் கொந்தளிப்புகளில் இருந்தும் குழப்பங்களில் இருந்தும் மனிதனுக்கு விடுதலை கிடையாது, தூய்மையான பழி சுமத்தாத வாழ்வின் வாயிலாக தெய்வீக மெய்யறிவை அடைவதைத் தவிர. நிரந்தர

அமைதியானது மெய்ஞானம் அடைந்த மனதைத் தவிர வேறு எங்கும் இல்லை. மனமாசு அகற்றிய வாழ்வும் மெய்ஞானம் அடைந்த மனமும் ஒன்று தான்.

ஆனால், முட்டாளுக்கு மீள்வதற்கு வழி இருக்கிறது. காரணம், மெய்யறிவை அடைய முடியும். பாவிக்கு மீள்வதற்கு வழி இருக்கிறது. காரணம், மனமாசின்மையைத் தழுவிக் கொள்ள முடியும். வாழ்வின் கொந்தளிப்புகளில் இருந்தும் குழப்பங்களில் இருந்தும் அனைத்து மனிதர்களுக்கும் விடுதலை இருக்கிறது. எவர் உறுதியேற்றிருந்தாலும் அதை அடையலாம். அவர்கள் பணக்காரரோ அல்லது ஏழையோ, படித்தவரோ அல்லது படிக்காதவரோ, பழி சுமத்தாத வாழ்விற்குள் அவர் தாழ்மை உணர்வுடன் நுழையலாம். அந்த பாதை செம்மையான மெய்யறிவுக்கு இட்டுச் செல்லும். இதன் காரணமாகவே, அகப்பட்டவர்களுக்கு விடுதலை இருக்கிறது, தோற்கடிக்கப்பட்டவர்களுக்கு வெற்றி இருக்கிறது, மகிழ்ச்சி உயர்நிலையில் காத்திருக்கிறது, பிரபஞ்சம் ஆனந்தம் கொள்கிறது.

மெய்யறிவு பெற்றவன் தன்னை வென்றவன் ஆவான். எனவே, அவன் பாவத்தை, தீமையை, வாழ்வின் அனைத்து ஒத்திசைவற்ற தன்மைகளையும் வெல்கிறான். பாவத்தாலும் துக்கத்தாலும் காயம் பட்ட பழைய மனதை, தூய்மையும் நிம்மதியும் கொண்ட புதிய மனதாக உருவாக்குகிறான். தீமையான பழைய உலகில் அவன் இறந்து விட்டான். குறையில்லாத அன்பும் பிறழாத நீதியும் நிலவுகின்ற புதிய உலகில் மறுபிறப்பு எய்துகிறான். அங்கே தீமை இல்லை. இறவாத நன்மையுடன் நித்திய வாழ்வு வாழ்கிறான்.

பதட்டமும் அச்சமும், துக்கமும் புலம்பலும், ஏமாற்றமும் வருத்தமும், இழிநிலையும் மன உறுத்தலும் - இவற்றுக்கு எல்லாம் மெய் அறிவானவன் உலகில் எந்த இடமும் இல்லை. அவை எல்லாம் தான் என்ற அகம்பாவம் கொண்ட உலகில் உறையும் நிழல்களே. மெய்யறிவின் வெளிச்சத்தில் அவற்றுக்கென்று எந்த உண்மை உருவமும் கிடையாது. வாழ்வின் இருளான விடயங்கள் எல்லாம் இன்னும் மெய்யறிவின் ஒளி ஊட்டப்படாத இருளான மனதின் நிலைகளே. அவையெல்லாம், 'தான்' என்ற அகம்பாவத்தை பின் தொடரும் நிழல்களே. சுயநல ஆசைகள் எங்கே செல்கிறதோ அங்கே அவை பின் தொடரும். எங்கே பாவம் இருக்கின்றதோ அங்கே அவை

இருக்கும். தான் என்று அகம்பாவித்தலில் எந்த இளைப்பாறுதலும் இல்லை. எந்த ஒளியும் இல்லை. கொந்தளிக்கும் வெறி உணர்வுகளின் கொழுந்து விட்டு எரியும் தீயும் ஈடேற்றிக்கொள்ளத் துடிக்கும் ஆசைகளின் பற்றி எரியும் நெருப்பும் - மெய்யறிவின் குளிர்ந்த காற்றையும் நிம்மதியையும் உள்நுழைய அனுமதிப்பது இல்லை.

பத்திரம் மற்றும் பாதுகாப்பு உறுதி, மகிழ்ச்சி மற்றும் இளைப்பாறுதல், மனநிறைவு மற்றும் போதுமென்ற மனம், பேருவகை மற்றும் நிம்மதி- இவை எல்லாம் மெய்யறிவு கொண்டவர்களின் நிலையான உடைமைகள் ஆகும். தன்னைத் தான் வென்று ஆள்வதற்கு ஊதியமாக வழங்கப்பட்டவை ஆகும். நன்மையின் விளைவாகும். பழி சுமத்தாத வாழ்விற்கு கிடைத்த நற்கூலியாகும்.

சரியான வாழ்வின் அடிநாதமாக இருப்பது மெய்ஞானம் (மெய்யறிவு). மெய்யறிவின் உள் துடிப்பாக இருப்பது நிம்மதி. வாழ்வின் அனைத்து அம்சங்களிலும் தான் என்ற அகம்பாவித்தலை வெற்றி கொள்வது என்பது வாழ்வை அதன் உண்மை அர்த்தத்தில் உணர்வதாகும். அது சுயம் என்ற ஒன்றின் திகில் நிறைந்த இரவு கனவை காண்பது போல் அல்ல. கடந்து செல்லும்

அனைத்து நிகழ்வுகளிலும் நிம்மதியுடன் இருப்பது, வாழ்வின் பொதுவான நடப்புகளில் குழப்பத்தாலோ வருத்தத்தாலோ பாதிக்கப்படாமல் இருப்பதே அந்த நிலை ஆகும்.

கல்வி கற்ற அறிஞனாக விளங்குபவன் தனது கல்வி கற்கும் பருவத்தில் தான் செய்த பிழைகளுக்கோ தவறாகச் செய்த பாடங்களுக்கு அவற்றுக்காக அவனது ஆசிரியர்கள் அவனது திறனை வெளி கொணார அவனுக்கு அளித்த கடுமையான தண்டனைகளைத் தான் திருந்துவதற்கானதாகக் கருதுகிறானே தவிர அது குறித்து அவன் இப்போது வருந்துவது இல்லை. அறநெறி பாடங்களைக் கற்றவன், மெய்யறிவு பெற்றவன், சரியான செயல்களைச் செய்யும் மெய்ஞானம் பெற்றவன், தான் செய்த பிழையான செயல்களுக்காகவும் முட்டாள் தனங்களுக்காகவும் (அவை இன்னும் முழுமையாக கற்று உணரப்படாத பாடங்கள்) அவற்றை தொடரும் வேதனை, மன உறுத்தல் ஆகியவற்றை அவன் திருந்துவதற்கான தண்டனைகளாகக் கருதி மேல் எழுகிறான். அதற்காக அவன் இன்னும் வருந்தி கொண்டிருப்பது இல்லை.

திறமை வாய்ந்த அறிஞனுக்கு அவனது ஆற்றல் குறித்து அச்சமோ, சந்தேகமோ, குழப்பமோ இருப்பதில்லை. அறிவாற்றலை வளர்த்துக்கொண்டு தன் அறியாமையை அவன் சிதறடித்து மேல் எழுந்து வந்திருக்கிறான். அவன் கற்க வேண்டியதைக் கற்று இருக்கிறான். அவற்றைக் கற்று உள்ளான் என்பதைத் தெளிவாக அறிந்திருக்கிறான். பலவகையான பாடங்களாலும் எண்ணிலடங்கா சோதனைகளாலும் அவனது அறிவு பரிசோதனைக்கு உள்ளாகிறது. தனது திறமையை நிரூபித்து அவன் வெற்றிகரமாக அந்த பாடங்களையும் சோதனைகளையும் கடந்து வருகிறான். அதன் காரணமாகவே அவன் தெளிவாக அறிந்திருக்கிறான் என்ற உறுதி அவனுக்கு ஏற்படுகிறது. அதனால் அவனுக்கு அச்சமோ சந்தேகமோ குழப்பமோ இருப்பதில்லை. சவாலான பிரச்சினைகள் அவனை எதிர்கொள்ளும் போது, தன் திறமையை நிரூபிப்பதற்கான வாய்ப்பு என்று எண்ணி மகிழ்கிறான். அவன் திறன் வாய்ந்தவனாக, தன்னம்பிக்கை உடையவனாக, மகிழ்ச்சியானவனாக இருக்கிறான்.

அதுபோல அறநெறி பாடங்களை நன்கு கற்று உணர்ந்தவன், தனது விதி குறித்து அச்சமோ குழப்பமோ சந்தேகமோ கொள்வது இல்லை. அவன் உள்ளத்தின் அறியாமையை சிதறடித்து மேலெழுந்து வந்திருக்கிறான். அவன் மெய்யறிவை அடைந்திருக்கிறான். மெய்யறிவை அடைந்துள்ளதை அறிந்திருக்கிறான். மற்றவர்கள் தங்கள் தவறான நடைமுறைகளின் காரணமாக அவன் மீது அபாண்டமாக பழி சுமத்தல்களையும் பொய் குற்றச்சாட்டுகளையும் அடுக்கும்போது, அது போன்ற சோதனை காலங்களில் அவன் முன்பு தோல்வி அடைந்து வீழ்ந்தான். ஆனால், இப்போது மிக கடுமையான பழி சுமத்துதல்களின் போதும் தன்னை நிரூபிக்கும் வகையில் பொறுமையையும் சாந்தத்தையும் கடைபிடிக்கிறான்.

தெய்வீக மெய்யறிவின் வெற்றியும் பெருமையும் இதில் தான் அடங்கி இருக்கிறது. நன்மையான செயல்பாடுகள், தீமையான செயல்பாடுகள் என இரண்டையும் குறித்த புரிதலையும் தெய்வீக மெய்யறிவு பெற்று இருக்கின்றது. நன்மையான செயல்களை மேற்கொள்ளும் மெய்யறிவு உடையவன், மற்றவர்கள் மேற்கொள்ளும் தீமையான செயல்களால் பாதிப்புக்கு உள்ளாக மாட்டான். அவனுக்கு எதிராக அவர்கள் மேற்கொள்ளும் நடவடிக்கைகள் அவனுக்கு

உறுத்தலையோ துக்கத்தையோ ஏற்படுத்த முடியாது. அவனது நிம்மதியைப் பறிக்க முடியாது. அவன் நன்மையில் அடைக்கலம் புகுந்துள்ளதால் தீமை அவனை நெருங்கி துன்புறுத்த முடியாது. அவன் தீமைக்குப் பதிலாக நன்மையைத் தருகிறான். தீமையின் பலவீனமான பிடியில் இருந்து நன்மையின் ஆற்றலால் மீள்கிறான்.

தீய செயல்களில் ஈடுபட்டுள்ளவன் மற்றவர்களின் தீய செயல்கள் தன்னை காயப்படுத்தும் ஆற்றல் கொண்டவை, தனக்கு எதிராக கடுமையாக செயல்படும் ஆற்றல் கொண்டவை என்று கற்பனை செய்கிறான். இதன் காரணமாக வலியாலும் வேதனையாலும் துடிக்கிறான். அவன் தனது தீய செயல்களின் காரணமாக துடிக்கவில்லை. (அவற்றை இன்னும் அவன் காண்பதில்லை) ஆனால், மற்றவர்களின் தீய செயல்களால் அவன் பதைபதைப்புக்கு உள்ளாகிறான். அறியாமையில் உழல்வதால், அவன் எந்த ஆன்மீக ஆற்றலையும் பெற்றிருக்கவில்லை. எந்த அடைக்கலமோ நிம்மதியோ அவனுக்கு இல்லை.

தான் என்ற அகம்பாவத்தை வெல்பவன் ஓர் உண்மை ஞானி ஆவான். அவன் அதிசய சக்தி கொண்டவன் அல்ல. அதிசய சக்தி என்றால் ஆவிகளுடன் பேசுவது, ஆவிகளை காண்பது அல்லது இயற்கையாக விளங்க முடியாத விஷயங்களை மேற்கொள்வது என்று இங்கு பொருள் கொள்ளலாம். அவையெல்லாம் குறுகிய தன்மை வாய்ந்தவை, மாயையானவை. ஆனால் இவனோ, வாழ்வை உள்ளபடியே உணர்ந்தவன் ஆவான். அதன் குறிப்பிட்ட நிகழ்வுகளிலும் சரி, தெய்வீக கோட்பாடுகளின் அடிப்படையில் சரி, இந்த பிரபஞ்சத்தை ஆன்மீக கண்களால் காண்பவன். பிரபஞ்ச நீதி, பிரபஞ்ச அன்பு, பிரபஞ்ச விடுதலையை உணர்பவன் ஆவான்.

மெய்யறிவையும் வெற்றியையும் பெற தகுதியானவன், தான் என்ற அகம்பாவித்தலின் வேதனையூட்டும் கனவுகளை எல்லாம் களைத்து விழித்து எழுகிறான். அவனது புதிய பார்வையின் நோக்கில் பிரபஞ்சம் புதியதாக, பேரெழிலாக, போற்றுதலாக விளங்குகிறது. என்றும் நிலையானதைக் காண்கிறான். நிறைவான அன்பாலும், முடிவில்லாத நிம்மதியாலும் ஆசீர்வதிக்கப்பட்டிருக்கிறான். இழிவான ஆசைகள், குறுகிய எண்ணம் கொண்ட குறிக்கோள்கள், சுயநல விருப்பு வெறுப்புகள் ஆகியவைகளை

விட்டு மேல் எழுந்திருக்கின்றான். அவ்வாறு மேல் எழுந்துள்ளதால் நிகழ்வுகளை வழிநடத்தும் நீதியான பாதையைக் காண்கிறான். அவன் கட்டுப்பாட்டுக்கு மீறியவற்றால் பாதிப்புக்கு உள்ளாகும் போது அவன் வருந்துவதில்லை. அவன் துக்கத்தைக் கடந்து மேல் எழுந்திருக்கின்றான்-, அவன் இதயம் இறுகிப்போய்விட்டது, கொடூர உள்ளமாக மாறிவிட்டது என்பதால் அல்ல. ஆனால், சுயத்தைப் பற்றிய எந்த எண்ணமும் உட்புக முடியாத அளவில் திளைத்திருப்பதால். மற்றவர்களின் நலத்தையே முதன்மையானதாகக் கருதுவதால். தான் என்ற எண்ணம் அறவே இல்லாது இருப்பதால் துக்கம் இன்றி இருக்கிறான். எந்த கலக்கமும் இன்றி பேரமைதியாக இருக்கிறான். அவனுக்குக் கிடைக்கும் எதுவும் நன்மைக்குத்தான் என்று கருதுகிறான். அவனிடமிருந்து பறிக்கப்படும் எதையும் நன்மைக்குத்தான் என்று கருதுகிறான். அவன் துக்கத்தை அன்பாக மாற்றி இருக்கிறான். எல்லையில்லாத கனிவோடும் நீங்காத கருணையோடும் விளங்குகிறான். அவனது ஆற்றல் வெறித்தனம் மிக்கதாக, லட்சியவெறிக் கொண்டதாக, உலக வாழ்வு தொடர்புடையதாக இருப்பதில்லை. ஆனால் தூய்மையானதாக, நிம்மதியானதாக, சுவர்க்கமயமானதாக இருக்கிறது. உலகின் நலனுக்காகவும் மற்றவர்களின் நலனுக்காகவும் எப்படி வளையாமல் உறுதியாக

இருக்க வேண்டும் என்றும், எப்போது வளைந்து விட்டு கொடுக்க வேண்டும் என்று அறியும் ஓர் மறைவான வலிமையை பெற்றிருக்கிறான்.

அவன் ஒரு போதகன் தான், அவன் குறைவாக பேசினாலும். அவன் ஒரு ஆசான் தான், மற்றவர்களை அவன் கட்டுப்படுத்த விரும்பவில்லை என்றாலும். அவன் வெற்றியாளன் தான், ஆனால் தன் சக மனிதர்களைத் தனக்கு அடிப்பணிய எந்த செயலையும் மேற்கொள்ளவில்லை என்றாலும். பிரபஞ்ச நீதியின் செயல்பாட்டுக்குத் தன்னை உணர்வுபூர்வமான ஒரு கருவியாக அர்ப்பணித்துள்ளதால், மனித குலத்தின் பரிணாம வளர்ச்சியை இயக்கும் அறிவான மெய்ஞான ஆற்றலாக விளங்குகிறான்.

புதிய யுகம் ஒன்றின் தொடக்கமாக,

பாவம் நிறைந்தவன் மன மாசின்மையை அடைய முடியும்

துன்பப்படுபவன் அடைக்கலம் நாட முடியும் இதயம் உடைந்தவன் ஆறுதல் பெற முடியும்

தோல்வியில் துவண்டவன் வெற்றி அடைய முடியும்

என்னும் நற்செய்தி உலகம் முழுவதும் பரவட்டும். ஓ மனிதனே, பாவங்களால் உனது உள்ளம் கறை படிந்திருந்தாலும், அலை மோதும் ஆசைகளால் உனது இதயம் கிழிந்து இருந்தாலும், உனது உள்ளத்தின் உள்ளே ஆற்றல் வழங்க ஓர் இடம் இருக்கின்றது. வலிமை வழங்க ஒரு கோட்டை இருக்கின்றது. தலையாய நன்மையின் உறைவிடம் நீயே. வெற்றியின் செங்கோல் உனக்காக காத்திருக்கின்றது

உனது உணர்வு நிலையின் ஆழத்தில் நீ அமர்ந்து ஆட்சி செலுத்துவதற்கான அரச கட்டில் இருக்கின்றது. ஓ அடிபட்டு வீழ்ந்து கிடப்பவனே! உனக்கு உரிமையான அரச கட்டிலை கைப்பற்றி ஆள மேலெழுந்து வா!

புத்தக விலைப்பட்டியல்

வ. எண்	ஜேம்ஸ் ஆலன் முதன்நூல்	தமிழ் மொழிபெயர்ப்பு நூல்	விலை ரூ
1	Man: King of Mind, Body and Circumstance	மனிதன்: மனம், உடல், சூழ்நிலையின் தலைவன்	125/-
2	Foundation Stones to Happiness and Success	மகிழ்ச்சிக்கும் வெற்றிக்குமான அடிதளம்	125/-
3	Out from the Heart	உள்ளத்திலிருந்தே வாழ்வு	125/-
4	Byways of Blessedness	அருள் பொழியும் நிழல் பாதைகள்	400/-

5	All These Things Added - வேண்டுவன யாவும் கிட்டும்		
5.1	Entering the Kingdom	சுவர்கத்தின் நுழைவாயில்	180/-
5.2	The Heavenly Life	சுவர்க வாழ்வின் தன்மைகள்	180/-
6	Above Life's Turmoil	வாழ்வின் கொந்தளிப்புகளை கடந்த உயர்நிலைகள்	250/-
7	Men and Systems	மனிதர்களும் அமைப்புகளும்	180/-
8	Mastery of Destiny	விதியை நிர்ணயிக்கும் ஆற்றல்	220/-
9	From Passion to Peace	வெறியுணர்வு முதல் நிம்மதி வரை	150/-
10	Eight Pillars of Prosperity	வளமான வாழ்வைக் கட்டமைக்கும் எட்டு தூண்கள்	250/-
11	Through the Gate of Good or Christ and Conduct	நல்வாசலின் வழியே அல்லது கிறிஸ்துவும் நல்லொழுக்கமும்	150/-

12	Morning and Evening Thoughts	Morning and Evening Thoughts -காலை மாலை சிந்தனைகள் ஆங்கில மூலம்-தமிழ் மொழிபெயர்ப்பு இரண்டும் கொண்ட இரு மொழி நூல்)	200/-
13	Life Triumphant (Mastering the Heart and Mind)	வெற்றிகரமான வாழ்வு (மனதையும் இதயத்தையும் பண்படுத்தி ஆளுதல்)	220/-
14	Poems of Peace	நிம்மதியின் பாடல்கள்	250/-
15	The Shining Gateway	நேர்வழியின் சீரிய ஒளி	200/-
16	Light on Life's Difficulties	வாழ்வின் பிரச்சினைகள் மீதான ஒளிவீச்சு	
17	As a Man Thinketh	மனிதன், அவன் எண்ணங்களின் நிரலாக்கம்	125/-
18	The Path to Prosperity and Peace		
18.1	The Path to Prosperity	வளமான வாழ்விற்கு இட்டுச் செல்லும் பாதை	

18.2	The Way of Peace	நிம்மதியின் வழி	
19	Divine Companion	தெய்வீக உறுதுணை	
20	Meditations For Everyday of the year	தியானங்கள் ஆண்டின் ஒவ்வொரு நாளுக்கும்	

தொடர்புக்கு

வள்ளியம்மை பதிப்பகம்

மின்னஞ்சல்: arun2010g@gmail.com

வாட்ஸ் அப் எண்: 91-8939478478

குறிப்புக்கள்;-